NẮM VỮNG NGHỆ THUẬT NẤU MÌ ỐNG TRONG CHẢO RÁN

100 Món Pasta hảo hạng, Một chảo, Không cầu kì

UYÊN SAN

Tài liệu bản quyền ©2023

Đã đăng ký Bản quyền

Không phần nào của cuốn sách này được phép sử dụng hoặc truyền đi dưới bất kỳ hình thức nào hoặc bằng bất kỳ phương tiện nào mà không có sự đồng ý bằng văn bản thích hợp của nhà xuất bản và chủ sở hữu bản quyền, ngoại trừ những trích dẫn ngắn gọn được sử dụng trong bài đánh giá. Cuốn sách này không nên được coi là sự thay thế cho lời khuyên về y tế, pháp lý hoặc chuyên môn khác.

MỤC LỤC

MỤC LỤC **3**
GIỚI THIỆU **7**
Mỳ ống FUSILI **8**
   1. Pasta chay cay nướng 9
   2. Fusilli nấm tỏi với salad lê 11
   3. Salad mì chay Fusilli nướng 13
   4. Salad Cheddar Fusilli Saucy 15
   5. Bánh mì nướng Crimini 17
   6. Fusilli với cà chua khô 19
   7. Mì Ý & Thịt Bò Xay Một Chảo 21
   8. Fusilli gà một nồi 23
   9. Một Nồi Gà & Rau Fusilli 25
PENNE PASTA **27**
   10. Pasta gà chanh chanh 28
   11. Thịt viên ba pho mát Mostaccioli 30
   12. Pasta cá hồi hun khói 32
   13. Nui ngòi bút nấu rượu Vodka 34
   14. Pasta gà hấp dẫn 36
   15. Thịt bò nướng Penne 38
   16. Pasta kem gà phô mai 40
   17. Penne nướng với thịt viên gà tây 42
   18. Pasta Penne cổ điển 44
Mỳ Ý ROTINI **46**
   19. Salad mì ống cà chua tôm và anh đào 47
   20. Pasta chanh tươi 50
   21. Salad Pepperoni Rotini phô mai 52
   22. Pasta Rotini kem cà chua trong một nồi 54
   23. Rotini thịt bò sốt trong một nồi duy nhất 56
   24. Rotini gà và bông cải xanh trong một nồi duy nhất.. 58
   25. Rotini một chảo sốt kem cà chua 60
   26. Chảo quay Parmesan 62
   27. Rotini gà một chảo 64
VỎ JUMBO **66**
   28. Vỏ nhồi xúc xích Ý 67
   29. Vỏ nhồi rau bina và ba loại phô mai 70

30. Vỏ nhồi rau bina suy đồi..72
31. Vỏ mì Jumbo đầy tỏi..74
32. Vỏ mì ống nhồi trên bếp..77
33. Chảo nhồi chay..79
34. Vỏ mì ống nhồi Taco..82
35. Vỏ nhồi mùa hè...84

Mỳ Ý 87
36. Salad mì ống Romano Linguine.......................................88
37. Pasta Ricotta chanh với đậu xanh...................................90
38. Tôm Carbonara..93
39. Nước sốt ngao và mì...96

MỲ Ý TÓC THIÊN THẦN 98
40. Pasta một chảo...99
41. Tôm nướng tóc thiên thần...101
42. Chảo Tôm Scampi..103

GNOCCHI 105
43. Gà sốt kem & Gnocchi một chảo...................................106
44. Gnocchi với pesto thảo mộc...108
45. Cây xô thơm và Mascarpone Gnocchi..........................110

FETTUCINI 113
46. Alfredo cổ điển..114
47. Bánh mì nướng Crimini..116
48. Pasta Parmesan tỏi trong một nồi.................................118
49. Gà một nồi thịt xông khói Fettuccine Alfredo................120
50. Fettuccine nấm..122

Mỳ ống Rigatoni 124
51. Romano Rigatoni soong...125
52. Húng quế Rigatoni thuần chay......................................127

MÌ ỐNG KHUỶU TAY 129
53. BLT Pasta Salad..130
54. Mac-and-cheese rau bina và atisô................................132
55. Ớt Mac soong...134

PASTA ZITI 136
56. Ziti nướng..137
57. Provolone Ziti nướng...139
58. Thịt bò Ziti soong...141
59. Ziti nướng..143

60. Xúc xích nướng Ziti 145
MỲ Ý MỲ Ý 147
  61. Tôm Pesto với mì ống 148
  62. mì ống cá ngừ 150
  63. Spaghetti nóng nắng 152
  64. Spaghetti Bolognese nướng chảo 154
  65. Sò điệp Bay với Spaghetti 156
  66. Spaghetti nóng nắng 158
  67. Gà tetrazzini 160
  68. Rigatoni nướng và thịt viên 162
  69. Chảo spaghetti nhanh 164
  70. Mì Ý dễ dàng 166
  71. Tôm Lo Mein 168
  72. Gà tetrazzini 170
  73. Chảo mì ống xúc xích 172
  74. Pasta gà nướng 174
  75. Pasta alla Norma Skillet nướng 176
  76. Ziti và Spaghetti với xúc xích 179
MỲ Ý BUCATINI 181
  77. One-Pan Bucatini với tỏi tây và chanh 182
  78. Mì Burrata cà chua 184
  79. Pasta húng chanh với cải Brussels 186
  80. Bucatini ngô kem một nồi 188
ORZO 190
  81. Parmesan Orzo 191
  82. Salad bạc hà Feta và Orzo 193
  83. Orzo cà chua một hũ 195
  84. Chảo gà Orzo 197
  85. Thịt hầm Orzo và Portobello 199
  86. Orzo một chảo với rau bina và Feta 201
FARFALLE/CÀU NƠ 203
  87. mì ống mộc mạc 204
  88. Pasta gà kem Fraiche 206
  89. Thịt gà và Salad Farfalle 208
  90. Salad hải sản mì ống 210
  91. Butternut và Chard Pasta nướng 212
MÌ NƯỚNG KIỂU Ý 214

92. Lasagna Tây Ban Nha 215
93. Lasagna bí ngô và cây xô thơm với fontina 217
94. Nạp vỏ Pasta Lasagna 220
95. Lasagna gà 222
96. Lasagna Tây Nam 224
97. Lasagna cổ điển 226
98. Lasagna Saucy 228
99. lasagna xúp rau 230
100. Lasagna Pepperoni 233
101. Lasagna nấu chậm 235

PHẦN KẾT LUẬN 237

GIỚI THIỆU

Chào mừng bạn đến với "Làm chủ nghệ thuật làm mì ống một chảo", hành trình ẩm thực sẽ thay đổi trải nghiệm nấu ăn của bạn, trở nên đơn giản hơn, thuận tiện hơn và không cầu kỳ hơn. Các món mì ống dùng một chảo đã trở thành xu hướng được yêu thích trong thế giới nấu ăn, và trong cuốn sách dạy nấu ăn này, chúng tôi mời bạn nắm vững nghệ thuật tạo ra những bữa mì ống hảo hạng chỉ bằng một chảo.

Hành trình nấu mì ống bằng một chảo của chúng tôi sẽ giới thiệu cho bạn sự sang trọng của sự đơn giản. Cho dù bạn là một đầu bếp gia đình dày dặn kinh nghiệm hay mới vào bếp, cuốn sách này là hướng dẫn giúp bạn tạo ra 100 món mì ống thơm ngon với mức độ dọn dẹp tối thiểu và hương vị tối đa. Chúng ta sẽ khám phá các kỹ thuật, nguyên liệu và phương pháp làm cho việc nấu mì ống bằng một chảo trở thành một cuộc cách mạng ẩm thực.

Khi chúng ta bắt tay vào cuộc phiêu lưu không ồn ào này, hãy chuẩn bị khám phá những bí mật để làm chủ món mì ống một chảo. Từ các món ăn cổ điển được yêu thích của Ý đến các công thức nấu ăn sáng tạo và sáng tạo, bạn sẽ khám phá niềm vui nấu nướng một cách dễ dàng, đồng thời thưởng thức các món mì ống thơm ngon. Hãy cùng tìm hiểu "Nắm vững nghệ thuật làm mì ống một chảo" và đơn giản hóa trải nghiệm ẩm thực của bạn, mỗi lần một chảo.

Mỳ ống FUSILI

1. Pasta chay cay nướng

Làm: 6 phần ăn

THÀNH PHẦN:
- 3 chén mì ống xoắn ốc chưa nấu chín như fusili
- 1 quả bí mùa hè màu vàng vừa
- 1 quả bí xanh nhỏ
- 1 quả ớt đỏ ngọt vừa
- 1 quả ớt xanh vừa
- 1 muỗng canh dầu ô liu
- 1 củ hành đỏ nhỏ, cắt đôi và thái lát
- 1 chén nấm tươi thái lát
- 1/2 thìa cà phê muối
- 1/4 thìa cà phê tiêu
- 1/4 muỗng cà phê ớt đỏ nghiền nát
- 1 lọ (24 ounce) nước sốt marinara cay
- 8 ounce phô mai mozzarella tươi
- Phô mai Parmesan bào và húng quế tươi thái sợi, tùy chọn

HƯỚNG DẪN:

a) Làm nóng lò ở nhiệt độ 375°. Nấu mì ống theo hướng dẫn trên bao bì cho món al dente; làm khô hạn.

b) Cắt bí và ớt thành 1/4 inch. dải julienne. Trong một 12-in. gang hoặc khác chảo chịu nhiệt, đun nóng dầu trên lửa vừa cao. Thêm hành tây, nấm và rau thái sợi; nấu và khuấy cho đến khi mềm giòn, khoảng 5 - 7 phút.

c) Khuấy gia vị. Thêm nước sốt marinara và mì ống; quăng để kết hợp. Top với ngọc trai phô mai.

d) Chuyển vào lò nướng; nướng, không đậy nắp, cho đến khi phô mai tan chảy, 10-15 phút. Nếu muốn, rắc phô mai Parmesan và húng quế trước khi dùng.

2.Fusilli nấm tỏi với salad lê

Tạo ra: 2

THÀNH PHẦN:
- 1 củ hành nâu
- 2 tép tỏi
- 1 gói nấm thái lát
- 1 gói gia vị tỏi và thảo mộc
- 1 gói kem nấu ăn nhẹ (Chứa sữa)
- 1 gói bột nêm gà
- 1 gói fusilli (Chứa Gluten; Có thể có: Trứng, Đậu nành)
- 1 quả lê
- 1 túi lá salad trộn
- 1 gói phô mai Parmesan (Có sữa)
- Dầu ô liu
- 1,75 cốc nước sôi
- Một giọt giấm (rượu balsamic hoặc rượu trắng)

HƯỚNG DẪN:

a)   Đun sôi ấm đun nước. Băm nhuyễn hành tây và tỏi. Đun nóng một chảo lớn trên lửa vừa cao với một ít dầu ô liu. Nấu nấm và hành tây thái lát, thỉnh thoảng khuấy cho đến khi chúng mềm, mất khoảng 6-8 phút. Thêm tỏi và gia vị tỏi & thảo mộc vào, nấu cho đến khi có mùi thơm trong khoảng 1 phút.

b)   Thêm kem nấu nhẹ, nước sôi (1 3/4 cốc cho 2 người), bột kho kiểu gà và fusilli. Khuấy đều và đun sôi. Giảm nhiệt xuống mức vừa, đậy nắp và nấu, thỉnh thoảng khuấy cho đến khi mì ống 'al dente', mất khoảng 11 phút. Khuấy phô mai Parmesan bào và nêm muối và hạt tiêu cho vừa ăn.

c)   Trong khi nấu mì ống, cắt lát mỏng quả lê. Trong một bát vừa, thêm một chút giấm và dầu ô liu. Đổ hỗn hợp lá salad và lê lên trên. Nêm và quăng để kết hợp.

d)   Chia fusilli nấm kem một nồi vào giữa các bát. Ăn kèm với salad lê. Thưởng thức bữa ăn ngon của bạn!

3.Salad mì chay Fusilli nướng

Làm: 8-10

THÀNH PHẦN:

SALAD Mỳ ống
- 1 pound fusilli
- 2 chén ớt chuông đỏ và vàng nướng thái hạt lựu
- 2 cốc cà chua bi cắt đôi
- 2 chén hành tây nướng thái hạt lựu
- 2 chén giấm rượu vang đỏ

RƯỢU VANG ĐỎ
- 1 cốc dầu ô liu nguyên chất
- ⅓ giấm rượu vang đỏ
- 2 muỗng canh nước
- 4 tép tỏi, băm nhuyễn
- 2 thìa cà phê mù tạt Dijon
- 2 thìa cà phê lá oregano khô
- 2 thìa cà phê hành tây băm
- 1 nhúm ớt xay nhuyễn
- 2 thìa cà phê muối kosher
- 1 thìa cà phê tiêu đen mới xay
- 2 thìa mật ong

HƯỚNG DẪN

RƯỢU RƯỢU VANG ĐỎ:
a) Kết hợp tất cả các thành phần trong một hộp có nắp đậy kín.
b) Lắc đều và bảo quản trong tủ lạnh cho đến khi cần.

SALAD Mỳ ống
c) Chuẩn bị mì ống theo hướng dẫn trên bao bì.
d) Sau khi nấu, lọc fusilli và làm nguội trong nước lạnh để dừng quá trình nấu.
e) Chuyển mì ống vào tô lớn và trộn các nguyên liệu còn lại.
f) Trộn kỹ, sau đó để qua đêm.

4.Salad Cheddar Fusilli Saucy

Tạo ra: 10

THÀNH PHẦN:
- 2 muỗng canh dầu ô liu
- 6 củ hành xanh, xắt nhỏ
- 1 thìa cà phê muối
- 3/4 C. ớt jalapeno ngâm chua cắt nhỏ
- 1 (16 oz.) gói mì ống fusilli
- 1 (2,25 oz.) có thể cắt ô liu đen
- Thêm 2 lb. thịt bò xay nạc
- (không bắt buộc)
- 1 (1,25 oz.) gói hỗn hợp gia vị taco
- 1 (8 oz.) gói Cheddar cắt nhỏ
- 1 (24 oz.) lọ salsa nhẹ
- phô mai
- 1 (8 oz.) nước sốt trang trại chai
- 1 1/2 quả ớt chuông đỏ, xắt nhỏ

HƯỚNG DẪN:

a) Đặt một cái nồi lớn trên lửa vừa. Đổ đầy nước và khuấy dầu ô liu với muối vào đó.

b) Nấu nó cho đến khi nó bắt đầu sôi.

c) Thêm mì ống và đun sôi trong 10 phút. Lấy nó ra khỏi nước và đặt nó sang một bên để ráo nước.

d) Đặt một cái chảo lớn trên lửa vừa. Cho thịt bò vào xào trong 12 phút. Loại bỏ dầu mỡ dư thừa.

e) Thêm gia vị taco và trộn đều. Đặt hỗn hợp sang một bên để mất nhiệt hoàn toàn.

f) Lấy một tô trộn lớn: Trộn salsa, nước sốt trang trại, ớt chuông, hành lá, ớt jalapenos và ô liu đen vào đó.

g) Thêm mì ống với thịt bò nấu chín, phô mai Cheddar và hỗn hợp nước sốt. Khuấy đều chúng. Đặt một miếng bọc nhựa lên trên bát salad. Đặt nó vào tủ lạnh trong 1 giờ 15 phút.

5.Bánh mì nướng Crimini

Tạo ra: 6
THÀNH PHẦN:
- 8h nấm tội phạm
- 1/3 chén phô mai parmesan, bào
- 1 chén bông cải xanh
- 3 muỗng canh Heres de provence
- 1 chén rau chân vịt, lá tươi, gói chặt
- 2 muỗng canh dầu ô liu nguyên chất
- 2 quả ớt chuông đỏ, thái hạt lựu
- 1 muỗng canh muối
- 1 củ hành lớn, xắt nhỏ
- 1/2 muỗng canh hạt tiêu
- 1 cốc phô mai mozzarella, cắt nhỏ
- 1 cốc nước sốt cà chua
- 2/3 lb mì ống

HƯỚNG DẪN:

a) Trước khi bạn làm bất cứ điều gì, hãy đặt lò nướng ở nhiệt độ 450 F. Thoa dầu hoặc bình xịt nấu ăn lên đĩa thịt hầm.

b) Lấy một tô trộn lớn: Cho nấm, bông cải xanh, rau bina, hạt tiêu và hành tây vào đó.

c) Thêm 1 muỗng canh dầu ô liu, muối, hạt tiêu và đảo lại.

d) Trải rau vào đĩa đã phết mỡ và nướng trong lò trong 10 phút.

e) Nấu mì ống cho đến khi nó trở nên mềm. Xả mì ống và đặt nó sang một bên.

f) Lấy một tô trộn lớn: Trộn 1 thìa dầu ô liu với rau củ nướng, mì ống, rau thơm và phô mai mozzarella. Đổ hỗn hợp trở lại vào đĩa thịt hầm.

g) Rắc phô mai lên trên rồi nướng trong 20 phút. Ăn nóng và thưởng thức.

6. Fusilli với cà chua khô

Tạo ra: 6

THÀNH PHẦN:
- 8 ounce Fusilli hoặc Rotelle có hương vị rau
- 1 muỗng canh dầu ô liu nguyên chất
- 1/2 muỗng cà phê ớt cay
- 2 tép tỏi lớn, băm nhỏ
- 2 củ hành xanh, xắt nhỏ
- 2 thìa cà chua phơi nắng, xắt nhỏ
- 1 muỗng canh gừng cắt nhỏ
- 1 muỗng canh vỏ cam bào
- 1 muỗng canh sốt cà chua
- 1/2 chén cà chua mận Ý đóng hộp, để ráo nước và cắt nhỏ
- 1/4 chén nước luộc gà
- Muối và hạt tiêu cho vừa ăn
- 2 thìa hẹ cắt nhỏ
- 1 muỗng cà phê dầu mè

HƯỚNG DẪN:

a) Bắt đầu bằng cách đun sôi một nồi nước lớn. Nấu mì ống cho đến khi có kết cấu al dente, thường là 8 đến 10 phút. Sau đó, đổ mì ống vào một cái chao và đặt nó sang một bên.

b) Trong chảo chống dính lớn, đun nóng dầu ô liu nguyên chất. Thêm ớt cay, tỏi băm, hành lá xắt nhỏ, cà chua phơi nắng, củ gừng và vỏ cam bào. Xào hỗn hợp này trong khoảng một phút.

c) Thêm mì ống đã nấu chín vào chảo và xào thêm một phút nữa.

d) Kết hợp bột cà chua, cà chua mận xắt nhỏ, nước dùng gà, muối và hạt tiêu. Trộn kỹ tất cả các thành phần và nấu cho đến khi mọi thứ được đun nóng.

e) Để hoàn tất, trang trí món ăn với hẹ cắt nhỏ và rưới dầu mè.

f) Thưởng thức Fusilli đầy hương vị của bạn với cà chua khô!

7. Mì Ý & Thịt Bò Xay Một Chảo

Tạo ra: 4

THÀNH PHẦN:
- 1 muỗng canh dầu ô liu nguyên chất
- 1 pound thịt bò xay nạc 90%
- 8 ounce nấm, thái nhỏ hoặc xay nhuyễn
- 1/2 chén hành tây thái hạt lựu
- 1 lon nước sốt cà chua không thêm muối 15 ounce
- 1 cốc nước
- 1 muỗng canh sốt Worcestershire
- 1 muỗng cà phê gia vị Ý
- 3/4 thìa cà phê muối
- 1/2 thìa cà phê bột tỏi
- 8 ounce rotini hoặc fusilli làm từ lúa mì nguyên hạt
- 1/2 chén phô mai Cheddar thái nhỏ
- 1/4 chén húng quế tươi cắt nhỏ để trang trí

HƯỚNG DẪN:

a) Bắt đầu bằng cách đun nóng dầu ô liu nguyên chất trong chảo lớn trên lửa vừa. Thêm thịt bò xay, nấm xắt nhỏ và hành tây thái hạt lựu. Nấu và khuấy cho đến khi thịt bò không còn màu hồng và chất lỏng nấm bay hơi gần hết, mất khoảng 8 đến 10 phút.

b) Khuấy nước sốt cà chua, nước, sốt Worcestershire, gia vị Ý, muối và bột tỏi.

c) Thêm mì ống vào chảo và đun sôi.

d) Đậy nắp chảo, giảm nhiệt và nấu, thỉnh thoảng khuấy cho đến khi mì ống mềm và phần lớn chất lỏng được hấp thụ. Quá trình này thường mất khoảng 16 đến 18 phút.

e) Rắc mì ống với phô mai Cheddar cắt nhỏ, đậy nắp chảo và tiếp tục nấu cho đến khi phô mai tan chảy, thường mất từ 2 đến 3 phút.

f) Nếu muốn, hãy trang trí món ăn với húng quế tươi cắt nhỏ trước khi dùng.

g) Thưởng thức bữa ăn mì ống và thịt bò xay chỉ bằng một chảo của bạn! Hãy thoải mái thử nghiệm các loại phô mai khác nhau như mozzarella, provolone hoặc Asiago để có hương vị độc đáo.

8.Fusilli gà một nồi

Tạo ra: 4

THÀNH PHẦN:
- 2 muỗng canh dầu ô liu
- 1 pound ức gà không xương, không da, cắt khối
- 3 tép tỏi, băm nhỏ
- 1/2 thìa cà phê gia vị Ý
- 1 thùng nước luộc gà
- 2 quả cà chua vừa, xắt nhỏ
- 12 ounce mì ống fusilli chưa nấu chín
- 1 quả ớt đỏ vừa, thái hạt lựu
- 2 thìa phô mai Parmesan bào

HƯỚNG DẪN:

a) Trong một cái chảo lớn, đun nóng dầu ô liu trên lửa vừa cao. Thêm thịt gà cắt khối và nấu trong 5 phút, thỉnh thoảng khuấy cho đến khi có màu nâu. Khuấy tỏi băm và gia vị Ý; nấu và khuấy trong 30 giây.

b) Khuấy nước luộc gà và cà chua cắt nhỏ; trộn đều. Thêm mì ống fusilli và đun sôi. Giảm nhiệt xuống mức trung bình và để sôi nhẹ, không đậy nắp, thỉnh thoảng khuấy trong 8 phút.

c) Khuấy ớt đỏ thái hạt lựu. Nấu khoảng 4 phút hoặc cho đến khi mì ống và ớt mềm và gà chín hoàn toàn. Khuấy phô mai bào.

9. Một Nồi Gà & Rau Fusilli

Tạo ra: 2

THÀNH PHẦN:
- 1 cọng cần tây
- 1 củ cà rốt
- 1 gói gà thái hạt lựu
- 1 gói fusilli
- 1 gói bột nêm gà
- 1/2 gói kem
- 1 túi lá rau muống non
- 1 túi rau mùi tây
- 1 nhúm ớt bột (nếu dùng)
- 1 gói hỗn hợp gia vị Úc
- Dầu ô liu
- 2 cốc nước sôi

HƯỚNG DẪN:

a) Bắt đầu bằng cách đun sôi ấm đun nước. Cắt nhuyễn cần tây và xay cà rốt. Đây là bước mà những đứa trẻ lớn hơn, dưới sự giám sát của người lớn, có thể giúp bào cà rốt.

b) Trong một cái chảo lớn, đun nóng một ít dầu ô liu trên lửa cao. Khi dầu nóng, cho gà thái hạt lựu vào xào với một chút muối và tiêu, thỉnh thoảng đảo đều cho đến khi gà chín vàng, mất khoảng 5-6 phút. Chuyển gà vào đĩa. Bắc chảo lên lửa vừa cao với một giọt dầu ô liu khác. Nấu cần tây và cà rốt cho đến khi mềm, khoảng 4-5 phút.

c) Thêm hỗn hợp gia vị Úc vào chảo và nấu cho đến khi có mùi thơm, trong khoảng 1 phút. Thêm fusilli, bột kho kiểu gà, nước sôi (2 cốc cho 2 người) và cho gà đã nấu chín vào chảo, khuấy đều. Đun sôi, sau đó giảm nhiệt xuống mức trung bình thấp. Đậy nắp và đun nhỏ lửa, thỉnh thoảng khuấy cho đến khi fusilli chín 'al dente', mất khoảng 12-14 phút. Mở nắp chảo, sau đó cho kem và lá rau bina non vào đảo đều, đun nhỏ lửa cho đến khi hỗn hợp hơi đặc và rau bina héo, khoảng 1-2 phút. Nêm thật nhiều muối và hạt tiêu.

d) Chia gà kem một nồi và fusilli chay vào giữa các bát. Trang trí với một nhúm ớt bột (nếu dùng) và rắc rau mùi tây lên trên để thưởng thức. Ăn ngon miệng nhé!

e) Đối với những đầu bếp nhỏ, họ có thể thêm phần hoàn thiện và xé rau mùi tây.

PENNE PASTA

10.Pasta gà chanh chanh

Tạo ra: 4

THÀNH PHẦN:
- 8 ounce mì ống penne
- 2 ức gà không xương, không da, cắt thành miếng vừa ăn
- Muối và hạt tiêu đen cho vừa ăn
- 2 muỗng canh dầu ô liu
- 3 tép tỏi, băm nhỏ
- Vỏ của 1 quả chanh
- Nước ép của 1 quả chanh
- 1 chén nước luộc gà
- 1 cốc kem đặc
- 1 muỗng cà phê húng tây khô
- ½ cốc phô mai Parmesan bào
- Rau mùi tây tươi, cắt nhỏ (để trang trí)

HƯỚNG DẪN:

a) Nấu mì ống penne theo hướng dẫn trên bao bì cho đến khi chín tới. Xả và đặt sang một bên.

b) Nêm miếng ức gà với muối và hạt tiêu đen cho vừa ăn.

c) Trong chảo lớn, đun nóng dầu ô liu trên lửa vừa cao. Cho các miếng ức gà vào chảo và nấu cho đến khi chúng chín vàng, khoảng 6-8 phút. Lấy thịt gà đã nấu chín ra khỏi chảo và đặt sang một bên.

d) Trong cùng một chiếc chảo, thêm tỏi băm vào xào khoảng 1 phút cho đến khi có mùi thơm.

e) Thêm vỏ chanh, nước cốt chanh và nước luộc gà vào chảo. Khuấy đều, cạo đáy chảo để loại bỏ những phần màu nâu.

f) Giảm nhiệt xuống thấp và đổ kem đặc vào. Khuấy húng tây khô. Đun nhỏ nước sốt trong khoảng 5 phút cho đến khi hơi đặc lại.

g) Thêm mì ống penne đã nấu chín và thịt gà nấu chín vào chảo. Khuấy đều để mì ống và thịt gà thấm nước sốt.

h) Rắc phô mai Parmesan bào lên mì ống và khuấy cho đến khi phô mai tan chảy và nước sốt có dạng kem.

i) Tháo chảo ra khỏi bếp. Hương vị và điều chỉnh gia vị với muối và hạt tiêu đen nếu cần.

j) Dùng nóng món Penne Pasta gà chanh, trang trí với rau mùi tây tươi cắt nhỏ.

k) Rưới phần nước cốt chanh còn sót lại lên trên.

11. Thịt viên ba pho mát Mostaccioli

Nguyên liệu
- 1 gói (16 ounce) Mostaccioli
- 2 quả trứng lớn, đánh nhẹ
- 1 thùng (15 ounce) phô mai ricotta gầy một phần
- 1 pound thịt bò xay
- 1 củ hành vừa, xắt nhỏ
- 1 muỗng canh đường nâu
- 1 muỗng canh gia vị Ý
- 1 thìa cà phê bột tỏi
- 1/4 thìa cà phê tiêu
- 2 lọ (24 ounce mỗi lọ) nước sốt mì ống với thịt
- 1/2 chén phô mai Romano bào
- 1 gói (12 ounce) thịt viên Ý nấu chín hoàn toàn đông lạnh, rã đông
- 3/4 cốc phô mai Parmesan bào
- Rau mùi tây tươi băm nhỏ hoặc rau arugula tươi, tùy chọn

HƯỚNG DẪN:

a) Làm nóng lò ở nhiệt độ 350°. Nấu Mostaccioli theo hướng dẫn trên gói cho món al dente; làm khô hạn. Trong khi đó, trong một bát nhỏ, trộn trứng và phô mai ricotta.

b) Trong 6-qt. nồi kho, nấu thịt bò và hành tây trong 6-8 phút hoặc cho đến khi thịt bò không còn màu hồng thì bẻ thịt bò thành từng miếng vụn; làm khô hạn. Khuấy đường nâu và gia vị. Thêm nước sốt mì ống và Mostaccioli; quăng để kết hợp.

c) Chuyển một nửa hỗn hợp mì ống sang khuôn 13x9 inch đã được bôi mỡ. món nướng. Phủ hỗn hợp ricotta và hỗn hợp mì ống còn lại; rắc phô mai Romano. Phủ thịt viên và phô mai Parmesan lên trên.

d) Nướng, không đậy nắp, 35-40 phút hoặc cho đến khi nóng hoàn toàn. Nếu muốn, rắc mùi tây lên trên.

12.Pasta cá hồi hun khói

Tạo ra: 8

THÀNH PHẦN:
- 16 oz. Penne pasta
- ¼ cốc bơ
- 1 củ hành tây thái nhỏ
- 3 tép tỏi băm
- 3 thìa bột mì
- 2 cốc kem nhẹ
- ½ chén rượu trắng
- 1 muỗng canh nước cốt chanh
- ½ cốc phô mai Romano bào
- 1 chén nấm thái lát
- ¾ lb. cá hồi hun khói cắt nhỏ

HƯỚNG DẪN:

a) Nấu mì ống trong nồi nước muối trong 10 phút. Làm khô hạn.
b) Đun chảy bơ trong chảo rồi xào hành và tỏi trong 5 phút.
c) Khuấy bột vào hỗn hợp bơ và tiếp tục khuấy trong 2 phút.
d) Nhẹ nhàng thêm kem nhẹ.
e) Đưa chất lỏng ngay dưới điểm sôi.
f) Cho phô mai vào và tiếp tục khuấy cho đến khi hỗn hợp mịn, khoảng 3 phút.
g) Thêm nấm và đun nhỏ lửa trong 5 phút.
h) Chuyển cá hồi vào chảo và nấu trong 3 phút.
i) Phục vụ hỗn hợp cá hồi trên mì ống penne.

13.Nui ngòi bút nấu rượu Vodka

Tạo ra: 8

THÀNH PHẦN:
- 4 thìa bơ mặn
- 2 tép tỏi, băm nhỏ hoặc xay
- ½ muỗng cà phê ớt đỏ nghiền nát
- ½ cốc rượu vodka
- 1 lon cà chua nghiền (28 ounce), chẳng hạn như cà chua San Marzano hoặc Pomi
- ½ chén cà chua phơi khô ngâm trong dầu ô liu, để ráo nước và cắt nhỏ
- Muối Kosher và hạt tiêu mới xay
- ¾ cốc kem đặc
- 1 hộp bút penne (1 pound)
- 1 cốc phô mai Parmesan bào và nhiều hơn nữa để phục vụ
- Húng quế tươi, để phục vụ

HƯỚNG DẪN:

a) Trong một cái chảo lớn, trộn bơ, tỏi và ớt đỏ trên lửa vừa và nhỏ. Nấu, khuấy thường xuyên cho đến khi bơ tan chảy và tỏi thơm, khoảng 5 phút. Thêm vodka và đun sôi. Nấu cho đến khi giảm một phần ba, thêm 2 đến 3 phút. Thêm cà chua nghiền, cà chua phơi nắng và một nhúm muối và hạt tiêu lớn. Đun sôi nước sốt trên lửa vừa cho đến khi giảm nhẹ, từ 10 đến 15 phút. Chuyển nước sốt vào máy xay hoặc dùng máy xay ngâm để xay nhuyễn nước sốt cho đến khi mịn, trong 1 phút. Khuấy kem cho đến khi kết hợp.

b) Trong khi đó, đun sôi một nồi nước muối lớn trên lửa lớn. Thêm penne và nấu theo hướng dẫn trên bao bì cho đến khi chín. Xả nước và thêm mì ống và Parmesan vào nước sốt, trộn đều.

c) Để phục vụ theo cách truyền thống, hãy chia mì ống vào tám đĩa hoặc bát. Trang trí với húng quế và Parmesan.

14. Pasta gà hấp dẫn

Tạo ra: 4
THÀNH PHẦN:
- 6 lát thịt xông khói
- 1 (6 oz.) lọ trái tim atisô ướp, để ráo nước
- 10 ngọn măng tây, cắt bỏ đầu và cắt nhỏ
- 1/2 (16 oz.) gói rotini, khuỷu tay hoặc penne
- 1 ức gà nấu chín, mì ống cắt khối
- 1/4 cốc quả nam việt quất khô
- 3 muỗng canh sốt mayonnaise ít béo
- 1/4 cốc hạnh nhân cắt lát nướng
- 3 muỗng canh nước sốt salad balsamic vinaigrette
- Muối và hạt tiêu cho vừa ăn
- 2 thìa nước cốt chanh
- 1 thìa cà phê sốt Worcestershire

HƯỚNG DẪN:

a) Đặt một cái chảo lớn trên lửa vừa. Nấu thịt xông khói trong đó cho đến khi nó trở nên giòn. Loại bỏ nó khỏi dầu mỡ dư thừa. Hãy vò nát nó và đặt nó sang một bên.

b) Nấu mì ống theo hướng dẫn trên bao bì.

c) Lấy một tô trộn nhỏ: Cho mayo, dầu giấm balsamic, nước cốt chanh và sốt Worcestershire vào trong đó. Trộn đều chúng.

d) Lấy một tô trộn lớn: Cho mì ống với nước sốt vào. Thêm atisô, thịt gà, quả nam việt quất, hạnh nhân, thịt xông khói vụn và măng tây, một chút muối và hạt tiêu.

e) Khuấy đều chúng. Làm lạnh salad trong tủ lạnh trong 1 giờ 10 phút rồi thưởng thức.

15. Thịt bò nướng Penne

THÀNH PHẦN:
- 1 gói (12 ounce) mì ống penne làm từ lúa mì nguyên hạt
- 1 pound thịt bò nạc xay (90% nạc)
- 2 bí xanh vừa, thái nhỏ
- 1 quả ớt xanh lớn, thái nhỏ
- 1 củ hành tây nhỏ, thái nhỏ
- 1 lọ (24 ounce) nước sốt spaghetti
- 1-1/2 chén nước sốt Alfredo ít béo
- 1 chén phô mai mozzarella một phần gầy, chia thành từng phần
- 1/4 thìa cà phê bột tỏi
- Rau mùi tây tươi băm nhỏ, tùy chọn

HƯỚNG DẪN:

a) Nấu penne theo hướng dẫn trên bao bì. Trong khi đó, trong lò Hà Lan, nấu thịt bò, bí xanh, hạt tiêu và hành tây trên lửa vừa cho đến khi thịt không còn màu hồng, bẻ thành từng miếng vụn; làm khô hạn. Khuấy nước sốt spaghetti, sốt Alfredo, 1/2 chén phô mai mozzarella và bột tỏi. Xả bút; khuấy đều vào hỗn hợp thịt.

b) Chuyển sang 13x9-in. đĩa nướng được phủ một lớp xịt nấu ăn. Đậy nắp và nướng ở nhiệt độ 375° trong 20 phút. Rắc phô mai mozzarella còn lại. Nướng, không đậy nắp, lâu hơn 3-5 phút hoặc cho đến khi phô mai tan chảy. Nếu muốn, rắc mùi tây lên trên.

16. Pasta kem gà phô mai

Tạo ra: 6
THÀNH PHẦN:
- 1 1/2 chén bột mì, cộng thêm
- 1 quả ớt đỏ, cắt hạt lựu
- 1 muỗng canh bột mì
- 1/2 chén rượu trắng
- 1 muỗng canh muối
- 1/2 lb. toàn bộ lá rau bina, có cuống
- 2 thìa cà phê tiêu đen
- 12 oz chất lỏng. kem béo
- 2 thìa cà phê gia vị thảo mộc Ý
- 1 cốc phô mai parmesan, bào
- 3 lbs. ức gà không da không xương
- 3 oz chất lỏng. dầu thực vật, chia
- 1 lb mì ống penne
- 1 muỗng canh tỏi, băm nhỏ

HƯỚNG DẪN:
a) Trước khi bạn làm bất cứ điều gì, hãy đặt lò nướng ở mức 350 F.
b) Lấy một đĩa nông: Trộn vào đó 1 1/2 chén bột mì, muối, tiêu đen và gia vị thảo mộc Ý.
c) Đặt một cái chảo lớn chịu nhiệt lên lửa vừa rồi cho một ít dầu vào đun nóng.
d) Phủ hỗn hợp bột lên ức gà sau đó cho vào chảo chiên vàng trong 4 phút mỗi mặt. Chuyển chảo có thịt gà vào lò nướng và nấu trong 17 phút.
e) Nấu mì ống penne bằng cách làm theo hướng dẫn trên bao bì cho đến khi nó trở nên đặc.
f) Xả nó và đặt nó sang một bên.
g) Để làm nước sốt:
h) Đặt một cái chảo lớn trên lửa vừa. Thêm vào đó 1 oz. dầu. Nấu ớt đỏ với tỏi trong 1 phút. Khuấy bột mì.
i) Khuấy rượu và ủ chúng trong 1 phút. Thêm kem và rau bina rồi nấu cho đến khi chúng bắt đầu sôi. Khuấy phô mai cho đến khi nó tan chảy.
j) Lấy một tô trộn lớn: Trộn mì với 1/2 lượng nước sốt. Dùng nóng mì ống với thịt gà sau đó rưới phần nước sốt còn lại lên trên.

17. Penne nướng với thịt viên gà tây

THÀNH PHẦN :
- 1 đồng Gà tây xay
- 1 tép tỏi lớn; băm nhỏ
- ¾ cốc vụn bánh mì tươi
- ½ chén hành tây thái nhỏ
- 3 thìa hạt thông; nướng
- ½ chén lá mùi tây tươi băm nhỏ
- 1 trứng lớn; bị đánh nhẹ
- 1 thìa cà phê muối
- 1 thìa cà phê Tiêu đen
- 4 muỗng canh dầu ô liu
- 1 đồng Penne
- 1½ cốc phô mai mozzarella bào thô
- 1 cốc phô mai Romano mới bào
- 6 cốc sốt cà chua
- 1 thùng chứa; (15 oz.) phô mai ricotta

HƯỚNG DẪN:
a) Trong một tô, trộn đều gà tây, tỏi, vụn bánh mì, hành tây, hạt thông, rau mùi tây, trứng, muối và hạt tiêu rồi tạo thành thịt viên và đầu bếp .
b) Nấu mì ống
c) Trong một bát nhỏ trộn mozzarella và Romano với nhau. Múc khoảng 1,5 cốc nước sốt cà chua và một nửa số thịt viên vào đĩa đã chuẩn bị sẵn và đặt một nửa mì ống lên trên.
d) Rải một nửa hỗn hợp nước sốt còn lại và một nửa phô mai lên mì ống. Phủ những viên thịt còn lại lên trên và thả một ít ricotta lên trên thịt viên. Nướng penne ở giữa lò từ 30 đến 35 phút .

18. Pasta Penne cổ điển

Tạo ra: 8
THÀNH PHẦN:
- 1 (16 oz.) gói mì ống penne
- 2 (14,5 oz.) lon cà chua thái hạt lựu
- 2 muỗng canh dầu ô liu
- 1 lb tôm, bóc vỏ và bỏ chỉ
- 1/4 chén hành đỏ thái hạt lựu
- 1 cốc phô mai Parmesan bào
- 1 muỗng canh tỏi thái hạt lựu
- 1/4 chén rượu trắng

HƯỚNG DẪN:
a) Luộc mì ống trong nước và muối trong 9 phút rồi vớt ra.
b) Bây giờ bắt đầu xào tỏi và hành tây trong dầu cho đến khi hành tây mềm.
c) Sau đó cho cà chua và rượu vào.
d) Đun sôi hỗn hợp trong 12 phút trong khi khuấy. Sau đó thêm tôm vào và nấu mọi thứ trong 6 phút.
e) Bây giờ thêm mì ống và khuấy đều mọi thứ.

MÌ Ý ROTINI

19. Salad mì ống cà chua tôm và anh đào

Làm: 6 phần ăn
THÀNH PHẦN:
- ¾ Giã tôm, luộc cho đến khi có màu hồng, khoảng 2 phút, để ráo nước
- 12 ounce mì ống rotini

RAU
- 1 quả bí xanh, xắt nhỏ
- 2 quả ớt chuông vàng, cắt tư
- 10 quả cà chua nho, giảm một nửa
- ½ muỗng cà phê muối
- ½ củ hành trắng, thái lát mỏng
- ¼ chén ô liu đen, thái lát
- 2 chén rau chân vịt non

SỐT KEM
- 4 muỗng canh bơ không muối
- 4 muỗng canh bột mì đa dụng
- ½ muỗng cà phê muối
- 1 thìa cà phê bột tỏi
- 1 thìa cà phê bột hành
- 4 muỗng canh men dinh dưỡng
- 2 cốc sữa
- 2 thìa nước cốt chanh

PHỤC VỤ
- Tiêu đen

HƯỚNG DẪN :
MỲ ỐNG:
a) Chuẩn bị mì ống theo hướng dẫn trên hộp.
b) Để ráo nước, sau đó đặt sang một bên.
RAU:
c) Đặt chảo lên lửa vừa và thêm một ít dầu.
d) Thỉnh thoảng khuấy, nấu bí xanh, ớt chuông, hành tây và muối trong 8 phút.
e) Thêm cà chua và nấu thêm 3 phút nữa hoặc cho đến khi rau mềm.
f) Thêm rau bina và nấu khoảng 3 phút hoặc cho đến khi nó héo.
SỐT KEM:
g) Trong nồi trên lửa vừa phải, làm tan chảy bơ.
h) Thêm bột mì vào và trộn nhẹ nhàng để tạo thành hỗn hợp mịn.
i) Thêm sữa và đánh lại.
j) Đánh đều các nguyên liệu nước sốt còn lại và đun nhỏ lửa trong khoảng 5 phút.
ĐỂ LẮP RÁP:
k) Kết hợp tôm nấu chín, mì ống nấu chín, rau, ô liu đen và sốt kem vào tô.
l) Trang trí với một chút hạt tiêu đen nứt.

20.Pasta chanh tươi

Tạo ra: 8
THÀNH PHẦN:
- 1 (16 oz.) gói mì ống rotini ba màu
- 1 chút muối và tiêu đen xay
- 2 quả cà chua, bỏ hạt và thái hạt lựu
- nếm
- 2 quả dưa chuột - gọt vỏ, bỏ hạt và
- 1 quả bơ, thái hạt lựu
- thái hạt lựu
- 1 vắt nước cốt chanh
- 1 (4 oz.) có thể cắt ô liu đen
- 1/2 chén nước sốt Ý, hoặc nhiều hơn tùy khẩu vị
- 1/2 chén phô mai Parmesan cắt nhỏ

HƯỚNG DẪN:
a) Nấu mì ống theo hướng dẫn trên bao bì.
b) Lấy một tô trộn lớn: Cho mì ống, cà chua, dưa chuột, ô liu, nước sốt Ý, phô mai Parmesan, muối và tiêu vào trong đó. Khuấy đều chúng.
c) Đặt mì ống vào tủ lạnh trong 1 giờ 15 phút.
d) Lấy một bát trộn nhỏ: Khuấy nước cốt chanh với bơ vào. Trộn bơ với salad mì ống rồi thưởng thức.
e) Thưởng thức.

21.Salad Pepperoni Rotini phô mai

Tạo ra: 8
THÀNH PHẦN:
- 1 (16 oz.) gói mì ống rotini ba màu
- 1 (8 oz.) gói phô mai mozzarella
- 1/4 lb xúc xích pepperoni thái lát
- 1 chén bông cải xanh tươi
- 1 (16 oz.) chai salad kiểu Ý
- 1 (6 oz.) lon ô liu đen, để ráo nước
- Cách ăn mặc

HƯỚNG DẪN:
a) Nấu mì ống theo hướng dẫn trên bao bì.
b) Lấy một tô trộn lớn: Cho mì ống, pepperoni, bông cải xanh, ô liu, phô mai và nước sốt vào đó.
c) Điều chỉnh gia vị cho món salad và cho vào tủ lạnh trong 1 giờ 10 phút. Phục vụ nó.

22. Pasta Rotini kem cà chua trong một nồi

Làm: 4 phần ăn

THÀNH PHẦN:
- 1 muỗng canh dầu ô liu
- 3 tép tỏi băm
- 8 ounce mì ống rotini (hoặc bất kỳ loại mì ống vừa nào)
- 14 ounce cà chua thái hạt lựu đóng hộp với nước ép của chúng
- 3 muỗng canh bột cà chua
- 1 muỗng cà phê gia vị Ý
- ½ muỗng cà phê ớt bột tùy chọn
- Muối và hạt tiêu cho vừa ăn
- 2 ½ - 3 cốc nước hoặc nước dùng (thêm nếu cần)
- 2 chén thịt gà xắt nhỏ và nấu chín (gà còn sót lại hoặc gà quay đều được)
- ⅔ cốc kem đặc
- 2 muỗng canh mùi tây tươi xắt nhỏ
- 1 ounce phô mai Parmesan tươi cắt nhỏ
- 1 ⅓ chén phô mai mozzarella cắt nhỏ

HƯỚNG DẪN:

a) Đun nóng dầu ô liu trong chảo lớn chịu nhiệt, sau đó cho tỏi băm vào xào cho đến khi có mùi thơm.

b) Khuấy mì ống chưa nấu chín, cà chua đóng hộp, bột cà chua, gia vị Ý, ớt bột (nếu dùng) và 2 ½ cốc nước. Để lửa nhỏ không đậy nắp cho đến khi mì chín, thêm nước nếu cần (thường khoảng 11-13 phút; đảm bảo có đủ chất lỏng để tạo nước sốt).

c) Khuấy thịt gà và kem béo. Để lửa nhỏ thêm 2-3 phút hoặc cho đến khi nước sốt hơi đặc lại và gà được đun nóng.

d) Tắt bếp và cho rau mùi tây và phô mai Parmesan vào khuấy đều. Phủ phô mai mozzarella lên trên, sau đó nướng cho đến khi sủi bọt và có màu nâu nhạt.

e) Chúc bạn ngon miệng và dễ làm với món mì rotini cà chua kem thơm ngon!

23. Rotini thịt bò sốt trong một nồi duy nhất

Làm: 4 phần ăn

THÀNH PHẦN:
- 3/4 pound thịt bò nạc xay (90% nạc)
- 2 chén nấm tươi thái lát
- 1 củ hành vừa, xắt nhỏ
- 3 tép tỏi, băm nhỏ
- 3/4 thìa cà phê gia vị Ý
- 2 chén nước sốt mì ống húng quế cà chua
- 1/4 thìa cà phê muối
- 2 1/2 cốc nước
- 3 chén rotini lúa mì nguyên hạt chưa nấu chín (khoảng 8 ounce)
- 1/4 cốc phô mai Parmesan bào

HƯỚNG DẪN:
a) Trong nồi kho 6 lít, nấu 5 nguyên liệu đầu tiên ở lửa vừa cao cho đến khi thịt bò không còn màu hồng nữa, mất 6-8 phút. Nghiền nát thịt bò và chắt hết dầu mỡ thừa.
b) Thêm nước sốt mì ống, muối và nước; đun sôi. Khuấy rotini và đun sôi lại.
c) Giảm nhiệt, đậy nắp và để sôi trong 8-10 phút hoặc cho đến khi mì ống đạt đến độ đặc vừa phải, thỉnh thoảng khuấy đều.
d) Ăn kèm với một ít phô mai bào.
e) Thưởng thức món rotini thịt bò xào được làm trong một chiếc nồi duy nhất, một giải pháp hoàn hảo cho ngày mì spaghetti mà không có món ăn lộn xộn.

24.Rotini gà và bông cải xanh trong một nồi duy nhất

Tạo ra: 8
THÀNH PHẦN:
- 1 lb ức gà không xương không da
- 1 muỗng canh dầu ô liu
- 1 muỗng cà phê muối
- 1/2 muỗng cà phê tiêu
- 1 muỗng cà phê lá oregano khô
- 4 chén nước luộc gà ít natri
- 1 lb rotini chưa nấu chín hoặc mì ống có hình dạng tương tự
- 1 cốc kem đặc
- 1 chén phô mai parmesan cắt nhỏ
- 2 chén bông cải xanh (bông cải xanh đông lạnh hấp hoặc 12 oz hấp trong túi)
- 3 tép tỏi băm

HƯỚNG DẪN:
a) Chặt gà thành từng miếng nhỏ vừa ăn.
b) Đun nóng dầu ô liu trong nồi sâu 4,5 lít trên lửa vừa.
c) Thêm thịt gà, lá oregano, tỏi, muối và tiêu vào rồi nấu cho đến khi gà không còn màu hồng nữa, mất khoảng 3-4 phút.
d) Khuấy mì ống chưa nấu chín và nước dùng, đun sôi, sau đó đậy nắp và giảm nhiệt xuống mức trung bình thấp.
e) Nấu trong 8-10 phút, khuấy nửa chừng hoặc cho đến khi mì ống chín đều.
f) Thêm kem, parmesan và bông cải xanh hấp.
g) Trộn tất cả các thành phần lại với nhau cho đến khi nó trở thành kem và mịn.
h) Trang trí thêm phô mai parmesan và rau mùi tây tươi của Ý.
i) Thưởng thức món rotini gà và bông cải xanh kem nhanh chóng và dễ dàng này, tất cả đều được làm trong một chiếc nồi duy nhất.

25. Rotini một chảo sốt kem cà chua

Làm: 6 phần ăn

THÀNH PHẦN:
- 1 pound thịt bò nạc xay (90% nạc)
- 1 củ hành vừa, xắt nhỏ
- 2 tép tỏi, băm nhỏ
- 1 thìa cà phê gia vị Ý
- 1/2 thìa cà phê tiêu
- 1/4 thìa cà phê muối
- 2 chén nước dùng thịt bò
- 1 lon (14-1/2 ounce) cà chua thái hạt lựu rang trên lửa, không ráo nước
- 2 chén mì ống xoắn ốc chưa nấu chín
- 1 chén đậu Hà Lan đông lạnh
- 1 cốc kem đánh bông nặng
- 1/2 chén phô mai Parmesan bào

HƯỚNG DẪN:

a) Trong chảo lớn, nấu thịt bò và hành tây trên lửa vừa cho đến khi thịt bò không còn màu hồng và hành tây mềm, mất khoảng 5-10 phút. Hãy nhớ bẻ thịt bò thành từng miếng vụn, sau đó chắt bớt mỡ thừa.

b) Thêm tỏi và gia vị, nấu thêm một phút.

c) Khuấy thịt bò và cà chua, sau đó đun sôi hỗn hợp.

d) Thêm mì ống và đậu Hà Lan, sau đó giảm nhiệt. Đun nhỏ lửa, đậy nắp cho đến khi mì mềm, thường mất 10-12 phút.

e) Từ từ cho kem và phô mai vào khuấy đều nhưng lưu ý không để sôi.

f) Thưởng thức món rotini một chảo với sốt kem cà chua, một bữa ăn được gia đình ưa chuộng, dễ chuẩn bị và dọn dẹp!

26. Chảo quay Parmesan

Tạo ra: 8

THÀNH PHẦN:
- 1 pound xúc xích heo Ý, đã bỏ vỏ
- 1 lon (mỗi lon 15 oz) HOẶC 1 thùng carton (14,8 oz) Sốt Cà Chua Hunt's®
- 1 lon (mỗi lon 14,5 oz) Cà chua thái hạt lựu Hunt's®, không ráo nước
- 2 cốc nước
- 1/2 muỗng cà phê lá húng quế khô
- 1/2 muỗng cà phê lá oregano khô
- 3 chén mì ống rotini, chưa nấu chín
- 1 cốc phô mai ricotta
- 1/2 cốc Phô mai Parmesan bào Kraft®, chia thành nhiều phần
- 1/2 muỗng cà phê mảnh mùi tây

HƯỚNG DẪN:

a) Nghiền xúc xích vào một cái chảo lớn, sâu lòng. Nấu trong 8 đến 10 phút hoặc cho đến khi chín đều, khuấy thường xuyên. Xả xúc xích, sau đó cho vào chảo.

b) Khuấy nước sốt cà chua, cà chua không ráo nước, nước, húng quế và lá oregano. Mang hỗn hợp trên vào đun sôi. Thêm mì ống và khuấy. Đậy nắp, sau đó đun nhỏ lửa ở nhiệt độ vừa phải trong 18 đến 20 phút hoặc cho đến khi mì ống mềm, thỉnh thoảng khuấy đều.

c) Trộn ricotta, 1/4 cốc Parmesan và rau mùi tây. Đổ hỗn hợp này lên mì ống, sau đó dùng thìa khuấy nhẹ. Rắc Parmesan còn lại lên trên.

d) Thưởng thức món Parmesan Rotini Skillet đầy hương vị của bạn, một bữa ăn nhanh chóng và thỏa mãn được chế biến chỉ bằng một chiếc chảo.

27. Rotini gà một chảo

Tạo ra: 4

THÀNH PHẦN:
- 1 muỗng canh. dầu ô liu
- 1 muỗng cà phê. tỏi băm
- 8 oz. mì ống rotini khô (2 cốc)
- 4 oz. phô mai kem ít béo, cắt khối
- 1 cốc cà rốt thái nhỏ
- 2 chén thịt gà nấu chín (hoặc giăm bông)
- 2 lon (mỗi lon 14,5 oz) Đậu xanh với nấm, để ráo nước
- 1/2 chén phô mai Parmesan bào
- 1/4 chén húng quế tươi xắt nhỏ

HƯỚNG DẪN:

a) Đun nóng dầu ô liu trong chảo sâu 10 inch; thêm tỏi và nấu trong 30 giây, khuấy liên tục.

b) Cẩn thận thêm 3 1/2 cốc nước, đun sôi. Khuấy mì ống, đun sôi lại và giảm lửa vừa. Nấu ở mức sôi thấp theo hướng dẫn trên bao bì, khuấy thường xuyên cho đến khi mì ống chín đều, thường dài hơn hướng dẫn trên bao bì khoảng 2 phút. KHÔNG THOÁT NƯỚC.

c) Khuấy phô mai kem, cà rốt, thịt gà (hoặc giăm bông), đậu xanh và phô mai Parmesan. Nấu trong 4 phút hoặc cho đến khi nóng và cà rốt mềm giòn.

d) Khuấy húng quế trước khi dùng.

e) Thưởng thức món gà quay dùng một chảo, một cách ngon miệng và hiệu quả để tận dụng thức ăn thừa và tạo nên một bữa ăn thỏa mãn.

VỎ JUMBO

28. Vỏ nhồi xúc xích Ý

Làm: 4-6 phần ăn
THÀNH PHẦN:
ĐỐI VỚI Mỳ ống:
- 24 vỏ mì ống lớn

ĐỐI VỚI XÚC XÚC MARINARA:
- 1 pound (450g) xúc xích Ý, đã bỏ vỏ
- 1 củ hành tây nhỏ, thái nhỏ
- 2 tép tỏi, băm nhỏ
- Cà chua nghiền lon 28 ounce
- 1 muỗng cà phê húng quế khô
- 1 thìa cà phê lá oregano khô
- Muối và hạt tiêu đen, vừa ăn

ĐỐI VỚI NHẬP VÀ TRANG TRÍ:
- 2 cốc phô mai ricotta
- 1 ½ chén phô mai mozzarella cắt nhỏ
- ½ cốc phô mai Parmesan bào
- ¼ chén mùi tây tươi, xắt nhỏ
- 1 quả trứng

ĐỂ LẮP RÁP:
- Dầu ô liu để bôi trơn

HƯỚNG DẪN:
ĐỐI VỚI MỲ ống:
a) Làm nóng lò nướng của bạn ở nhiệt độ 350°F (175°C).
b) Nấu vỏ mì ống lớn theo hướng dẫn trên bao bì cho đến khi chín vừa phải.
c) Xả và đặt chúng sang một bên để nguội.

ĐỐI VỚI XÚC XÚC MARINARA:
d) Trong chảo lớn, đun nóng một chút dầu ô liu trên lửa vừa cao.
e) Thêm xúc xích Ý và nấu cho đến khi nó có màu nâu và không còn màu hồng nữa, dùng thìa bẻ nhỏ nó ra. Loại bỏ bất kỳ chất béo dư thừa.
f) Cho hành tây xắt nhỏ và tỏi băm vào chảo cùng với xúc xích và nấu trong khoảng 2-3 phút cho đến khi hành tây trở nên trong suốt.
g) Khuấy cà chua nghiền, húng quế khô, lá oregano khô, muối và hạt tiêu đen.
h) Đun sôi nước sốt trong khoảng 10 phút để hương vị hòa quyện và đặc lại một chút. Loại bỏ nó khỏi nhiệt.

ĐỐI VỚI NHẬP:
i) Trong một bát trộn, trộn phô mai ricotta, 1 cốc phô mai mozzarella, ¼ cốc phô mai Parmesan, rau mùi tây cắt nhỏ và trứng.
j) Trộn đều để tạo thành hỗn hợp nhồi.

TẬP HỢP:
k) Bôi dầu ô liu lên đĩa nướng.
l) Rưới một lớp mỏng nước sốt marinara xúc xích xuống đáy đĩa.
m) Cẩn thận nhồi từng vỏ mì ống đã nấu chín với hỗn hợp phô mai và sắp xếp chúng vào đĩa nướng đã chuẩn bị sẵn.
n) Đổ nước sốt marinara còn lại lên vỏ nhồi.
o) Rắc ½ cốc phô mai mozzarella còn lại và phần phô mai Parmesan còn lại lên trên vỏ.

NƯỚNG:
p) Đậy đĩa nướng bằng giấy nhôm và nướng trong lò làm nóng trước trong 20-25 phút.
q) Lấy giấy bạc ra và tiếp tục nướng thêm 10 phút nữa hoặc cho đến khi phô mai sủi bọt và hơi vàng.
r) Để món ăn nguội trong vài phút, sau đó dùng nóng Vỏ nhồi xúc xích Ý, trang trí thêm mùi tây tươi nếu muốn.

29. Vỏ nhồi rau bina và ba loại phô mai

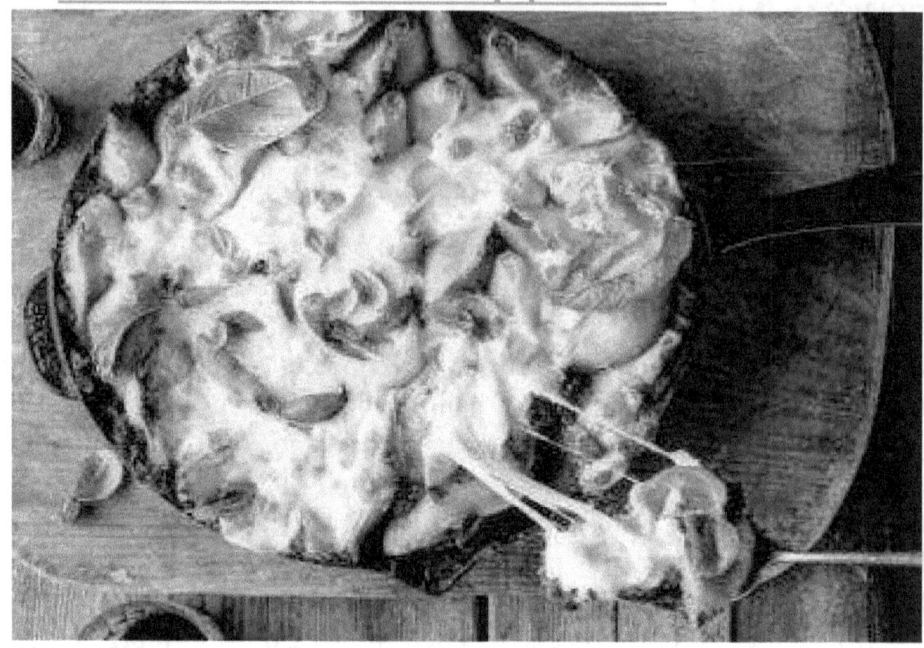

Tạo ra: 6 ĐẾN 8

THÀNH PHẦN:
- 2 muỗng canh dầu ô liu nguyên chất
- 1 pound xúc xích Ý xay cay
- 2 lon (28 ounce) cà chua nghiền, chẳng hạn như cà chua San Marzano hoặc Pomi
- 1 quả ớt chuông đỏ, bỏ hạt và thái lát
- 2 thìa cà phê lá oregano khô
- ½ muỗng cà phê ớt đỏ nghiền nát, cộng thêm nếu cần
- Muối Kosher và hạt tiêu mới xay
- 1 (8 ounce) túi rau bina cắt nhỏ đông lạnh, rã đông và vắt khô
- 1 (1 pound) hộp vỏ mì ống cỡ lớn
- 16 ounce phô mai ricotta sữa nguyên chất
- 2 chén phô mai Gouda cắt nhỏ
- 1 chén lá húng quế tươi, xắt nhỏ và nhiều hơn nữa để phục vụ
- Phô mai mozzarella tươi 8 ounce, bị rách

HƯỚNG DẪN:
a) Làm nóng lò ở nhiệt độ 350°F.
b) Đun nóng dầu ô liu trong chảo lớn an toàn với lò nướng trên lửa vừa cao. Khi dầu sủi bọt, thêm xúc xích vào và nấu, dùng thìa gỗ bẻ nhỏ cho đến khi chín vàng, từ 5 đến 8 phút. Giảm nhiệt xuống thấp và thêm cà chua nghiền, ớt chuông, lá oregano, ớt đỏ và một chút muối và hạt tiêu. Đun nhỏ lửa cho đến khi nước sốt hơi đặc lại, từ 10 đến 15 phút. Khuấy rau bina. Nếm thử và thêm nhiều muối, hạt tiêu và ớt đỏ.
c) Trong khi đó, đun sôi một nồi nước muối lớn trên lửa lớn. Thêm vỏ và nấu theo hướng dẫn trên bao bì cho đến khi chín. Thoát nước tốt.
d) Trong một tô vừa, trộn ricotta, Gouda và húng quế. Chuyển hỗn hợp vào túi có khóa kéo cỡ gallon. Đẩy hỗn hợp vào một góc của túi, ép không khí ra khỏi miệng túi và cắt góc đó khoảng ½ inch.
e) Làm từng cái một, cho khoảng 1 thìa hỗn hợp phô mai vào mỗi vỏ, sau đó đặt chúng vào chảo. Rắc đều vỏ với mozzarella.
f) Chuyển chảo vào lò nướng và nướng cho đến khi phô mai tan chảy và có màu nâu nhạt ở trên, khoảng 25 đến 30 phút.

30. Vỏ nhồi rau bina suy đồi

THÀNH PHẦN:
- 1 gói (12 ounce) vỏ mì ống lớn
- 1 lọ (24 ounce) ớt đỏ nướng và nước sốt mì ống tỏi
- 2 gói (8 ounce mỗi gói) kem phô mai, làm mềm
- 1 cốc tỏi nướng sốt Alfredo
- rắc muối
- Tiêu ớt
- Mảnh ớt đỏ nghiền nát, tùy chọn
- 2 chén hỗn hợp phô mai Ý cắt nhỏ
- 1/2 chén phô mai Parmesan bào
- 1 gói (10 ounce) rau bina cắt nhỏ đông lạnh, rã đông và vắt khô
- 1/2 chén trái tim atisô đóng gói trong nước thái nhỏ
- 1/4 chén ớt chuông đỏ rang thái nhỏ
- Phô mai Parmesan bổ sung, tùy chọn

HƯỚNG DẪN:

a) Làm nóng lò ở nhiệt độ 350°. Nấu vỏ mì ống theo hướng dẫn trên bao bì cho món al dente. Làm khô hạn.

b) Rưới 1 cốc nước sốt vào khuôn có bôi mỡ 13x9 inch. món nướng. Trong tô lớn, đánh kem phô mai, sốt Alfredo và gia vị cho đến khi hòa quyện. Khuấy phô mai và rau. Thìa vào vỏ. Xếp vào đĩa nướng đã chuẩn bị sẵn.

c) Đổ nước sốt còn lại lên trên. Nướng, đậy nắp, 20 phút. Nếu muốn, rắc thêm phô mai Parmesan. Nướng, không đậy nắp, lâu hơn 10-15 phút hoặc cho đến khi phô mai tan chảy.

31.Vỏ mì Jumbo đầy tỏi

Làm: 24 phần ăn
THÀNH PHẦN:
- 500 gram vỏ mì Jumbo, đun sôi cho đến khi mềm và để ráo nước
- 6 thìa bơ
- 6 tép tỏi, thái nhỏ (với một chút muối)
- 500 gram phô mai Ricotta
- 250 gram phô mai tươi
- 1/4 cốc Parmesan bào
- 6 lát prosciutto, thái nhỏ
- 6 thìa bột mì
- 2 cốc sữa
- 1 cốc kem đặc
- 1/2 chén mùi tây mới cắt nhỏ
- 6 phi lê cá cơm, thái nhỏ
- 3 muỗng canh rau mùi tây mới cắt nhỏ
- 3 muỗng canh húng quế tươi, xắt nhỏ
- 2 lòng đỏ trứng, đánh bông
- Muối và hạt tiêu cho vừa ăn

HƯỚNG DẪN:

a) Bắt đầu bằng cách đun chảy bơ trong chảo ở nhiệt độ thấp. Thêm tỏi băm nhuyễn và xào cho đến khi tỏi bắt đầu chuyển sang màu nâu vàng. Tắt bếp và thêm bột mì.

b) Bắc chảo lên bếp và nấu, khuấy liên tục trong hai phút. Đảm bảo bột không bị đổi màu.

c) Tắt bếp và thêm sữa và kem tươi vào cùng một lúc. Đánh thật mạnh cho đến khi hỗn hợp trở nên mịn. Đặt chảo lên lửa vừa và thêm rau mùi tây và cá cơm.

d) Nấu và khuấy liên tục cho đến khi nước sốt đạt độ đặc của kem đặc. Tắt bếp, nêm muối và hạt tiêu cho vừa ăn. Giữ nó không che đậy.

e) Trong một tô trộn lớn, trộn ricotta, phô mai, Parmesan, rau mùi tây, húng quế, prosciutto và lòng đỏ trứng đã đánh bông. Thêm muối và hạt tiêu cho vừa ăn, trộn kỹ.

f) Nhồi từng vỏ jumbo một phần hỗn hợp phô mai. Nhẹ nhàng ấn các cạnh dài của mỗi vỏ lại với nhau để giữ nguyên hình dạng ban đầu trước khi luộc. Loại bỏ bất kỳ chất làm đầy dư thừa nào.

g) Đổ khoảng hai cốc nước sốt vào đáy đĩa nướng đủ lớn để chứa tất cả 24 vỏ sò trong một lớp. Đặt vỏ nhồi vào đĩa và đổ phần nước sốt còn lại lên trên.

h) Nướng trong lò làm nóng trước ở nhiệt độ 375°F trong 15 phút. Phục vụ ngay lập tức. Thưởng thức vỏ mì ống jumbo đầy tỏi thơm ngon của bạn!

32. Vỏ mì ống nhồi trên bếp

Số lượng: Khoảng 4 đến 6 người
THÀNH PHẦN:
- 15 vỏ mì ống lớn
- 1 ½ cốc phô mai ricotta
- 2 cốc phô mai mozzarella bào, chia đôi
- ¾ cốc phô mai parmesan bào, chia đôi
- 2 muỗng canh lá húng quế tươi, xắt nhỏ
- ½ muỗng cà phê muối
- ¼ thìa cà phê tiêu đen
- 2 chén nước sốt marinara

HƯỚNG DẪN:
a) Bắt đầu bằng cách đun sôi một nồi nước muối lớn. Cho vỏ mì ống vào nồi và nấu theo hướng dẫn trên bao bì, hướng tới món al dente.
b) Mẹo: Đun sôi thêm một vài vỏ nếu bạn muốn dự phòng trong trường hợp bị rách hoặc vỡ (điều đó sẽ xảy ra!). Nếu bạn không cầu kỳ, hãy đun sôi chính xác 15 vỏ.
c) Rửa sạch vỏ mì ống đã nấu chín dưới nước lạnh cho đến khi đủ nguội để xử lý, sau đó để ráo nước. Đặt chúng sang một bên trong khi bạn chuẩn bị nhân phô mai.
d) Trong một tô cỡ vừa, trộn ricotta, 1 cốc phô mai mozzarella, ½ cốc phô mai parmesan, húng quế, muối và tiêu. Trộn cho đến khi tất cả các thành phần được trộn đều.
e) Đổ vào mỗi vỏ khoảng 1 đến 2 thìa hỗn hợp phô mai. Hãy nhớ gói nhân thật chặt để tránh nhân bị chảy và tràn ra trong khi nấu. Tiếp tục cho đến khi tất cả các vỏ được lấp đầy.
f) Đổ nước sốt marinara của bạn vào một cái chảo lớn có thành cao. Cẩn thận sắp xếp các vỏ nhồi vào chảo, đảm bảo phần trên của vỏ vẫn ở trên nước sốt (điều này giúp phần nhân phô mai không tan vào nước sốt, mặc dù nó vẫn ngon).
g) Rắc 1 cốc mozzarella còn lại và ¼ cốc phô mai parmesan lên vỏ. Đậy nắp chảo và đặt lên bếp đặt ở lửa vừa thấp. Nấu cho đến khi phô mai ở trên tan chảy và vỏ được đun nóng qua, quá trình này thường mất khoảng 10 phút.
h) Thưởng thức vỏ mì ống nhồi trên bếp hảo hạng của bạn!

33. Chảo nhồi chay

THÀNH PHẦN:
- 18 vỏ mì ống lớn (khoảng 6 oz.)
- 1 1/2 muỗng cà phê. muối kosher, cộng thêm gia vị
- 2 muỗng canh. dầu ô liu nguyên chất
- 1/2 lb nấm crimini, thái lát mỏng
- 1 muỗng cà phê. hạt tiêu vừa mới nghiền
- 1/2 chén rượu vang trắng khô hoặc rượu vermouth
- 5 oz. rau bina bé
- 6 tép tỏi, thái lát mỏng
- 2 muỗng canh. Bơ không muối
- 3 chén nước sốt marinara
- 1/2 muỗng cà phê. mảnh ớt đỏ nghiền nát
- 2 cốc ricotta sữa nguyên chất
- 3 oz. Parmesan bào mịn (khoảng 1 cốc), và nhiều hơn nữa để phục vụ
- 3 muỗng canh. oregano thái nhỏ, chia

HƯỚNG DẪN:

a) Nấu vỏ mì ống trong một nồi lớn có nước sôi, có muối, thỉnh thoảng khuấy cho đến khi chín đều, khoảng 9 phút. Xả và cho chúng vào nước lạnh để ngừng nấu. Thoát nước một lần nữa.

b) Trong khi nấu mì ống, hãy đun nóng dầu ô liu trong chảo lớn trên lửa cao. Thêm nấm thái lát mỏng vào nấu, thỉnh thoảng đảo đều cho đến khi nấm tiết ra nước, sau đó trở nên khô và có màu nâu đẹp mắt, mất khoảng 5-6 phút. Nêm hạt tiêu đen và 1 muỗng cà phê. của muối. Giảm nhiệt xuống mức trung bình, thêm rượu vào và nấu, khuấy đều cho đến khi nhiệt độ giảm đi một nửa, mất 1-2 phút. Thêm rau bina non vào, đậy nắp và nấu cho đến khi nó bắt đầu héo, khoảng 1-2 phút. Mở nắp và tiếp tục nấu, thỉnh thoảng khuấy cho đến khi rau bina héo hoàn toàn và hầu hết chất lỏng đã bay hơi, khoảng 2-4 phút nữa. Chuyển hỗn hợp nấm vào tô lớn và đặt chảo vào.

c) Nấu tỏi và bơ trong chảo dành riêng trên lửa vừa cao, thỉnh thoảng khuấy cho đến khi tỏi có mùi thơm và bắt đầu chuyển sang màu nâu, mất 2-3 phút. Thêm nước sốt marinara và ớt đỏ vào rồi đun nhỏ lửa ở lửa nhỏ. Nấu, thỉnh thoảng khuấy cho đến khi ấm, khoảng 6-8 phút.

d) Trong khi nước sốt đang nấu, thêm ricotta, 3 oz. của Parmesan, 2 muỗng canh. lá oregano và 1/2 muỗng cà phê còn lại. muối vào hỗn hợp nấm và khuấy đều. Thìa khoảng 2 muỗng canh. đổ hỗn hợp ricotta vào từng vỏ, đổ đầy đến mức nhưng không nhồi quá nhiều.

e) Nhúng vỏ nhồi vào nước sốt nóng trong chảo. Đậy nắp và nấu trên lửa vừa cho đến khi vỏ ấm lên, từ 4–6 phút. Tắt bếp và để yên trong 5 phút. Rắc Parmesan và 1 muỗng canh còn lại. lá oregano.

f) Hãy thưởng thức món Vỏ nhồi chay ngon tuyệt của bạn!

34. Vỏ mì ống nhồi Taco

Tạo ra: 8

THÀNH PHẦN:
- 8 oz vỏ mì ống lớn chưa nấu chín (khoảng 24 vỏ từ hộp 12 oz)
- 1 lb thịt nạc (ít nhất 80%) thịt bò xay
- 1 gói (1 oz) hỗn hợp gia vị taco
- 1 lon (14,5 oz) cà chua nghiền nướng, không ráo nước
- 1 gói (8 oz) hỗn hợp phô mai Mexico cắt nhỏ (tương đương 2 cốc)
- 1 cốc cà chua mận (Roma) thái hạt lựu
- 1/4 chén ngò tươi xắt nhỏ

HƯỚNG DẪN:

a) Làm nóng lò nướng của bạn ở nhiệt độ 350°F. Nấu vỏ mì ống theo hướng dẫn trên hộp rồi để ráo nước.

b) Trong chảo chống dính 12 inch, nấu thịt bò xay trên lửa vừa cao trong khoảng 5 phút, khuấy thường xuyên cho đến khi chín hoàn toàn. Hút hết mỡ thừa. Thêm hỗn hợp gia vị taco, cà chua nghiền và 1 cốc phô mai cắt nhỏ. Khuấy đều cho đến khi phô mai tan chảy hoàn toàn.

c) Đổ khoảng 1 thìa hỗn hợp thịt bò vào mỗi vỏ mì ống và đặt chúng vào đĩa nướng thủy tinh 13x9 inch (3 lít) không bôi dầu mỡ. Phủ đầy cà chua mận thái hạt lựu và ngò cắt nhỏ lên trên vỏ, sau đó rắc 1 cốc phô mai còn lại.

d) Nướng trong vòng 15 đến 20 phút hoặc cho đến khi món ăn được hâm nóng và phô mai tan chảy hoàn toàn. Phục vụ vỏ mì ống nhồi taco khi chúng còn ấm.

e) Thưởng thức vỏ mì ống nhồi Taco độc đáo và ngon miệng của bạn!

35. Vỏ nhồi mùa hè

Số người: 6 người
THÀNH PHẦN:
- 20 đến 25 vỏ mì ống lớn, luộc
- 2 muỗng canh dầu ô liu
- 1 củ hành ngọt, thái hạt lựu
- 4 tép tỏi, băm nhỏ
- 1 quả bí xanh, xắt nhỏ
- 2 bắp ngô, tách hạt từ lõi ngô
- Muối và tiêu Kosher
- 15 ounce phô mai ricotta
- 1 quả trứng lớn, đánh nhẹ
- 2 cốc phô mai mozzarella hoặc provolone mới xay
- 1/2 chén phô mai parmesan bào mịn, cộng thêm để phục vụ
- 2/3 chén pesto (tốt nhất là húng quế)
- 2 chén nước sốt marinara
- Húng quế tươi, để phục vụ

HƯỚNG DẪN:

a) Làm nóng lò nướng của bạn ở nhiệt độ 350 độ F. Luộc vỏ mì ống trong nước muối theo hướng dẫn trên bao bì. Sau khi nấu chín, để ráo nước.

b) Đun nóng dầu ô liu trong lò nướng Hà Lan an toàn hoặc chảo gang. Thêm hành tây thái hạt lựu và tỏi băm cùng với một chút muối và hạt tiêu. Nấu, khuấy thường xuyên cho đến khi chúng hơi mềm. Khuấy bí xanh cắt nhỏ và ngô với một chút muối và hạt tiêu. Nấu cho đến khi chúng mềm, mất khoảng 5 đến 6 phút. Tắt lửa và để nguội một chút.

c) Trong một tô lớn, trộn phô mai ricotta, trứng đánh bông, 1 cốc phô mai mozzarella, phô mai parmesan và 1/3 cốc pesto. Thêm một chút muối và hạt tiêu và trộn cho đến khi kết hợp tốt. Chuyển hỗn hợp bí xanh và ngô vào hỗn hợp ricotta và khuấy đều cho đến khi kết hợp hoàn toàn.

d) Thêm nước sốt marinara vào chảo an toàn trong lò nướng nơi bạn nấu hỗn hợp bí xanh và ngô.

e) Lấy từng vỏ mì ống lớn và đổ 2 đến 3 thìa nhân ricotta-pesto vào. Đặt vỏ nhồi vào nước sốt marinara trong chảo. Lặp lại với các vỏ còn lại. Nếu bạn có thêm vỏ, hãy thêm một ít nước sốt vào đĩa hoặc chảo nướng nhỏ và xếp vỏ vào đó.

f) Chấm phần pesto còn lại lên trên vỏ. Rắc phô mai mozzarella còn lại lên trên. Nướng trong 25 đến 30 phút, cho đến khi món ăn ấm, vàng và sủi bọt.

g) Lấy chảo ra khỏi lò và để yên trong vài phút. Phủ thêm parmesan, húng quế tươi và thậm chí thêm pesto nếu muốn. Hãy phục vụ và thưởng thức món vỏ nhồi mùa hè thơm ngon của bạn!

MỲ Ý

36. Salad mì ống Romano Linguine

Tạo ra: 6
THÀNH PHẦN:
- 1 (8 oz.) gói mì ống mì
- 1/2 muỗng cà phê ớt đỏ
- 1 (12 oz.) túi bông cải xanh, cắt thành miếng vừa ăn
- 1/4 thìa cà phê tiêu đen xay
- muối để nếm
- 1/4 chén dầu ô liu
- 4 thìa cà phê tỏi băm
- 1/2 chén phô mai Romano thái nhỏ
- 2 muỗng canh mùi tây lá phẳng tươi thái nhỏ

HƯỚNG DẪN:
a) Nấu mì ống theo hướng dẫn trên bao bì.
b) Mang bình nước đi đun. Đặt một nồi hấp lên trên. Hấp bông cải xanh có nắp trong 6 phút
c) Đặt một cái chảo trên lửa vừa. Đun nóng dầu trong đó. Xào tỏi với hạt tiêu trong 2 phút.
d) Lấy một tô trộn lớn: Chuyển hỗn hợp tỏi xào với mì ống, bông cải xanh, phô mai Romano, rau mùi tây, tiêu đen và muối vào đó. Trộn đều chúng.
e) Điều chỉnh gia vị của món salad. Phục vụ nó ngay lập tức.
f) Thưởng thức.

37.Pasta Ricotta chanh với đậu xanh

Tạo ra: 4
THÀNH PHẦN:
- 8 ounce mì ống
- 1 cốc phô mai ricotta
- 1 lon (15 ounce) đậu xanh, để ráo nước và rửa sạch
- 3 chén cải xoăn Tuscan, bỏ cuống và cắt nhỏ
- 2 muỗng canh dầu ô liu nguyên chất
- 3 tép tỏi, băm nhỏ
- 1 muỗng canh vỏ chanh
- 2 thìa nước cốt chanh
- Muối và hạt tiêu cho vừa ăn
- Những lát chanh, để trang trí

HƯỚNG DẪN:

a) Bắt đầu bằng cách đun sôi một lượng lớn nước muối trong nồi lớn. Làm theo hướng dẫn trên gói mì ống và nấu cho đến khi đạt được kết cấu al dente như mong muốn.

b) Sau khi nấu chín, để ráo mì ống, nhưng hãy nhớ dự trữ khoảng ½ cốc nước mì ống. Đặt mì ống và nước dự trữ sang một bên.

c) Đun nóng một ít dầu ô liu trong chảo lớn trên lửa vừa. Cho tỏi băm vào chảo và xào khoảng 1 phút cho đến khi có mùi thơm và vàng nhẹ.

d) Cho cải xoăn Tuscan vào chảo và nấu trong khoảng 3-4 phút, thỉnh thoảng khuấy cho đến khi nó héo và mềm.

e) Giảm nhiệt xuống mức sôi nhẹ và cho phô mai ricotta, vỏ chanh và nước cốt chanh vào chảo. Khuấy đều các nguyên liệu, đảm bảo chúng kết hợp với nhau để tạo thành nước sốt mịn và kem.

f) Cẩn thận cho đậu xanh và mì đã nấu chín vào, đảm bảo chúng được phủ đều nước sốt kem. Nếu nước sốt có vẻ quá đặc, hãy thêm dần một lượng nhỏ nước mì ống dành riêng để đạt được độ đặc mong muốn.

g) Nêm món ăn với muối và hạt tiêu theo sở thích của bạn. Để các hương vị hòa quyện với nhau bằng cách tiếp tục nấu thêm 2-3 phút nữa.

h) Lấy chảo ra khỏi bếp và chia Lemon Ricotta Linguine ra từng đĩa riêng lẻ. Để tăng thêm hương vị cam quýt, hãy trang trí mỗi đĩa bằng những lát chanh.

i) Dùng món ăn ngay khi còn nóng và thưởng thức hương vị tươi ngon, sống động của nó.

j) Để có một món ăn kèm hoàn hảo, hãy kết hợp món Lemon Ricotta Linguine với Chickpeas với rượu vang trắng giòn và dùng kèm với một ít bánh mì tỏi để có một bữa ăn thỏa mãn và trọn vẹn.

38.Tôm Carbonara

Tạo ra: 6
THÀNH PHẦN:
- ¼ chén dầu ô liu, chia
- 1 pound thịt gà
- 4 muỗng canh tỏi băm, chia đều
- 1 thìa cà phê húng tây
- 1 thìa cà phê lá oregano
- 1 thìa cà phê húng quế
- 1 lb tôm bóc vỏ và bỏ chỉ
- 16 oz. mì
- 6 miếng thịt xông khói thái hạt lựu
- Muối và hạt tiêu cho vừa ăn
- 1 củ hành tây xắt nhỏ
- 1 chén nấm thái lát
- 1 quả ớt chuông đỏ xắt nhỏ
- 2 cốc kem đặc
- 1 cốc sữa
- 1 ½ chén phô mai Parmesan bào
- 2 lòng đỏ trứng
- 1 cốc rượu trắng.

HƯỚNG DẪN:
a) Đun nóng 2 muỗng canh ô liu trong chảo lớn.
b) Xào một nửa số tỏi và nêm thêm húng tây, lá oregano và húng quế.
c) Cho thịt gà vào đun nhỏ lửa trong 10 phút.
d) Đặt gà vào đĩa và đặt sang một bên.
e) Sử dụng cùng một chảo, đun nóng 2 muỗng canh dầu ô liu và xào số tỏi còn lại trong 2 phút.
f) Khuấy tôm và nấu ở mức thấp trong 6 phút.
g) Chuyển tôm với thịt gà.
h) Nấu mì trong nồi nước muối trong 12 phút.
i) Một lần nữa, sử dụng cùng một chiếc chảo, chiên thịt xông khói cho đến khi chín, khoảng 5 phút.
j) Xả thịt xông khói trên khăn giấy và vỡ vụn. Để qua một bên.
k) Xào hành tây, ớt chuông và nấm trong chảo với mỡ thịt xông khói trong 5 phút.
l) Kết hợp kem đặc, sữa, phô mai parmesan, lòng đỏ trứng, muối và hạt tiêu vào tô.
m) Cho rượu vào chảo, cho hành, tiêu, nấm vào đun sôi.
n) Nấu ở mức thấp trong 5 phút.
o) Khuấy hỗn hợp kem đặc và đun nhỏ lửa trong 5 phút.
p) Cho tôm và gà vào chảo và rưới nước sốt lên.
q) Ăn kèm tôm và gà với mì ống.

39. Nước sốt ngao và mì

Tạo ra: 4
THÀNH PHẦN:
- 16 oz. mì ống
- 1 muỗng canh dầu ô liu
- 1 củ hành tây xắt nhỏ
- 5 tép tỏi băm
- ½ cốc bơ
- Muối và hạt tiêu cho vừa ăn
- ¼ chén rượu trắng khô
- ¼ cốc nước nghêu
- 1 ½ chén nghêu xắt nhỏ
- 1 muỗng cà phê ớt đỏ

HƯỚNG DẪN:
a) Nấu linguini trong nồi nước muối trong 10 phút. Làm khô hạn.
b) Đun nóng dầu ô liu trong chảo rồi xào hành và tỏi trong 5 phút.
c) Thêm bơ, muối, hạt tiêu, rượu và nước nghêu.
d) Đun nhỏ lửa trong 25 phút. Nước sốt nên giảm và đặc lại.
e) Cho nghêu vào và đun nhỏ lửa trong 5 phút.
f) Đặt linguini vào tô và phủ nước sốt ngao lên trên.
g) Ăn kèm với ớt đỏ.

MỲ Ý TÓC THIÊN THẦN

40. Pasta một chảo

Làm: 5 phần ăn
THÀNH PHẦN:
- 1-1/2 pound gà tây xay
- 1 củ hành vừa, thái nhỏ
- 1 quả ớt đỏ ngọt vừa, thái nhỏ
- 1 lon (28 ounce) cà chua thái hạt lựu, không ráo nước
- 1 lon (14-1/2 ounce) cà chua thái hạt lựu rang trên lửa, không ráo nước
- 1 lon (14-1/2 ounce) nước luộc thịt bò ít natri
- 1 lon (4 ounce) nấm thái lát, để ráo nước
- 1 muỗng canh đường nâu đóng gói
- 1 thìa ớt bột
- 8 ounce mì ống tóc thiên thần chưa nấu chín
- 1 chén phô mai cheddar cắt nhỏ

HƯỚNG DẪN:

a) Trong chảo gang lớn hoặc chảo nặng khác, nấu gà tây, hành tây và hạt tiêu trên lửa vừa cho đến khi thịt không còn màu hồng; làm khô hạn.

b) Thêm cà chua, nước dùng, nấm, đường nâu và ớt bột. Đun sôi. Giảm nhiệt; đun nhỏ lửa, không đậy nắp trong 30 phút.

c) Thêm mì ống; sôi trở lại. Giảm nhiệt; đậy nắp và đun nhỏ lửa cho đến khi mì mềm, khoảng 30-35 phút. Rắc phô mai. Đậy nắp và nấu cho đến khi phô mai tan chảy, lâu hơn 2-3 phút.

41. Tôm nướng tóc thiên thần

THÀNH PHẦN :
- 1 gói (9 ounce) mì ống tóc thiên thần để lạnh
- 1-1/2 pound tôm vừa chưa nấu chín, bóc vỏ và bỏ chỉ
- 3/4 chén phô mai feta vụn
- 1/2 chén phô mai Thụy Sĩ cắt nhỏ
- 1 lọ (16 ounce) salsa đậm đặc
- 1/2 chén phô mai Monterey Jack cắt nhỏ
- 3/4 chén mùi tây tươi băm nhỏ
- 1 muỗng cà phê húng quế khô
- 1 thìa cà phê lá oregano khô
- 2 quả trứng lớn
- 1 cốc kem nửa rưỡi
- 1 cốc sữa chua nguyên chất
- Rau mùi tây tươi cắt nhỏ, tùy chọn

HƯỚNG DẪN:

a) Trong một 13x9-in được bôi trơn. đĩa nướng, xếp một nửa mì ống, tôm, phô mai feta, phô mai Thụy Sĩ và salsa. Lặp lại các lớp. Rắc phô mai Monterey Jack, rau mùi tây, húng quế và lá oregano.

b) Trong một cái bát nhỏ, đánh trứng, kem và sữa chua; đổ lên món thịt hầm. Nướng, không đậy nắp, ở nhiệt độ 350° cho đến khi nhiệt kế đọc 160°, 25-30 phút. Hãy đứng trong 5 phút trước khi phục vụ. Nếu muốn, rắc mùi tây cắt nhỏ lên trên.

42.Chảo Tôm Scampi

THÀNH PHẦN:
- 5 muỗng canh bơ
- 2 muỗng canh dầu ô liu
- ½ củ hành vừa, thái hạt lựu
- 4 tép Tỏi băm nhỏ
- Tôm lớn 1 pound, bóc vỏ và bỏ chỉ
- ½ chén rượu vang trắng
- 4 chấm Sốt Nóng
- 2 quả chanh nguyên quả, ép lấy nước
- Muối và hạt tiêu đen mới xay, vừa ăn
- 8 ounce, cân nặng Angel Hair Pasta
- Húng quế tươi cắt nhỏ để nếm thử
- Rau mùi tây tươi xắt nhỏ, để nếm thử
- ½ cốc Phô mai Parmesan tươi bào

HƯỚNG DẪN:

a) Đun nóng dầu ô liu và làm tan chảy bơ trong chảo lớn trên lửa vừa. Thêm hành tây

b) & tỏi và nấu trong hai hoặc ba phút hoặc cho đến khi hành tây trong suốt. Thêm tôm vào, sau đó khuấy đều và nấu trong vài phút. Vắt nước chanh vào. Thêm rượu, bơ, muối và hạt tiêu và nước sốt nóng. Bạn có thể thêm nhiều nước sốt nóng như mong muốn. Khuấy và giảm nhiệt xuống thấp.

c) Ném mì sợi tóc thiên thần vào nước sôi. Nấu cho đến khi vừa chín/AL dente.

d) Để ráo nước, để lại một hoặc hai cốc nước mì ống.

e) Lấy chảo ra khỏi lửa. Thêm mì ống và đảo đều, thêm một chút nước mì ống nếu cần làm loãng. Nêm nếm gia vị, thêm muối và hạt tiêu nếu cần.

f) Đổ ra đĩa phục vụ lớn, sau đó phủ phô mai Parmesan mới bào và rau mùi tây băm lên trên. Phục vụ ngay lập tức. Thưởng thức.

GNOCCHI

43. Gà sốt kem & Gnocchi một chảo

Làm: 4 phần ăn
THÀNH PHẦN:
- 1 1/2 lb ức gà không xương không da
- Muối kosher
- Hạt tiêu vừa mới nghiền
- 2 muỗng canh dầu ô liu nguyên chất (chia)
- 1 củ hẹ nhỏ, thái hạt lựu
- 8 oz. nấm baby bella, thái lát
- 2 tép tỏi, băm nhỏ
- 2 muỗng cà phê. lá húng tây tươi
- 1 muỗng cà phê. lá oregano khô
- 1 chén nước luộc gà ít natri
- 1 1/4 cốc rưỡi
- Một nhúm ớt đỏ nghiền nát
- 1 (17-oz.) gói gnocchi
- 3/4 cốc phô mai mozzarella cắt nhỏ
- 1/2 cốc Parmesan mới xay
- 3 chén rau chân vịt đóng gói

HƯỚNG DẪN:

a) Nêm gà vào cả hai mặt với muối và hạt tiêu. Trong chảo lớn trên lửa vừa cao, đun nóng 1 thìa dầu. Thêm thịt gà và nấu cho đến khi nó chuyển sang màu vàng, khoảng 4 phút mỗi mặt. Lấy gà ra khỏi chảo.

b) Giảm lửa vừa và thêm 1 thìa dầu còn lại. Thêm hẹ và nấm vào nấu cho đến khi vàng, mất khoảng 5 phút. Thêm tỏi, húng tây và lá oregano vào, nấu thêm một phút nữa cho đến khi có mùi thơm. Đổ nước luộc gà vào và cạo sạch những vết nâu còn sót lại dưới đáy chảo. Từ từ thêm vào một nửa rưỡi. Đun sôi hỗn hợp và nêm muối, hạt tiêu và một chút ớt đỏ. Khuấy gnocchi và cho gà vào chảo. Đun nhỏ lửa cho đến khi gà chín hoàn toàn với nhiệt độ bên trong là 165°F, mất từ 8 đến 10 phút. Thỉnh thoảng khuấy. Sau khi gà chín thì vớt ra khỏi chảo.

c) Thêm phô mai mozzarella và Parmesan vào và khuấy đều cho đến khi chúng tan chảy. Sau đó, thêm rau bina và khuấy cho đến khi nó héo.

d) Cắt miếng thịt gà và cho vào chảo. Nêm thêm muối và hạt tiêu cho vừa ăn.

44. Gnocchi với pesto thảo mộc

Làm: 1 phần ăn
THÀNH PHẦN:
- 6 lít Nước muối
- Gnocchi
- ½ cốc Nước luộc gà hoặc nước nấu gnocchi dành riêng
- 3 muỗng canh Bơ không muối
- 1 cái ly Đậu que
- 6 muỗng canh Pesto thảo mộc
- Muối và tiêu
- ½ cốc phô mai Parmigiano-Reggiano mới bào

HƯỚNG DẪN:

a) Đun sôi nước muối rồi cho gnocchi vào. Nấu gnocchi, khuấy nhẹ nhàng cho đến khi mềm, khoảng 1 phút sau khi chúng nổi lên bề mặt nồi.

b) Trong khi đó, trong một chiếc chảo lớn, sâu lòng, đun sôi nước kho và bơ trên lửa vừa. Thêm đậu và pesto rồi nêm muối và hạt tiêu cho vừa ăn. Đun sôi và loại bỏ nhiệt.

c) Lấy gnocchi ra khỏi nước và thêm vào chảo. Đun nóng cho đến khi phủ đầy nước sốt. Tắt bếp và khuấy phô mai. Phục vụ ngay lập tức.

45. Cây xô thơm và Mascarpone Gnocchi

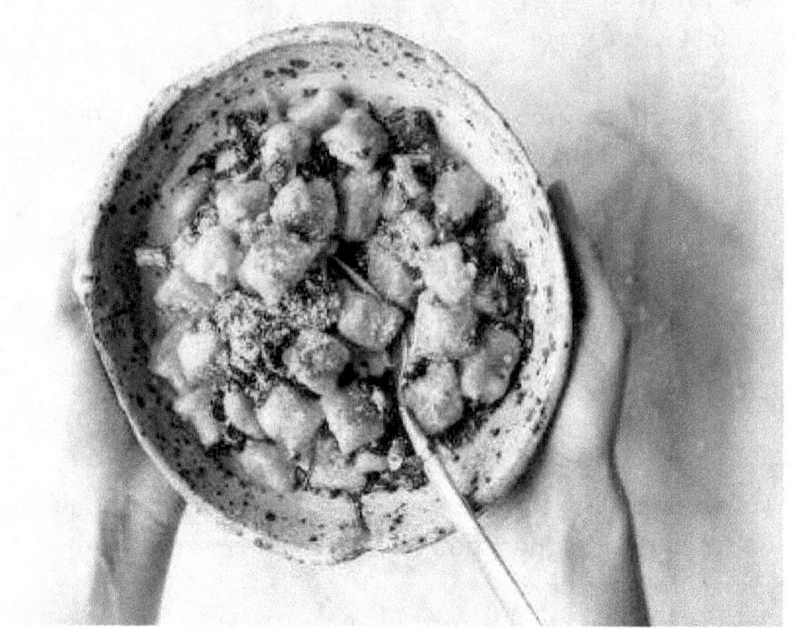

Tạo ra: 12
THÀNH PHẦN:
- 1 lb bí ngô
- 1/2 chén bơ không muối
- 1 cốc phô mai mascarpone
- 1 nhúm ớt cayenne
- 1/2 cốc Parmigiano-Reggiano bào mịn
- muối và tiêu đen xay cho vừa ăn
- phô mai
- 1/4 chén lá xô thơm tươi thái mỏng
- 2 quả trứng lớn
- 1 muỗng canh Parmigiano-Reggiano nghiền mịn
- 1 1/2 muỗng cà phê muối
- phô mai
- 1/2 thìa cà phê tiêu đen xay
- 1 chén bột mì đa dụng, chia

HƯỚNG DẪN:

a) Cắt bỏ phần cuống của quả bí và cắt làm đôi theo chiều dọc.
b) Đặt bí ngô vào một đĩa an toàn với lò vi sóng.
c) Dùng màng bọc thực phẩm bọc kín đĩa và cho vào lò vi sóng khoảng 8 phút.
d) Chuyển bí vào đĩa có lót khăn giấy để nguội rồi gọt bỏ vỏ.
e) Trong tô, thêm phô mai mascarpone, 1/2 cốc phô mai Parmigiano-Reggiano, trứng, muối và tiêu đen vào rồi đánh cho đến khi mịn.
f) Thêm bí butternut và đánh cho đến khi kết hợp tốt.
g) Cho 1/2 chén bột vào và đánh cho đến khi hòa quyện.
h) Thêm 1/2 chén bột còn lại vào và khuấy đều cho đến khi hòa quyện.
i) Làm lạnh, đậy nắp ít nhất 8 giờ.
j) Trong một cái chảo lớn, thêm nước muối và đun sôi.
k) Trong một chảo chống dính lớn, làm tan chảy khoảng 1/3 lượng bơ và tắt bếp.
l) Lấy khoảng 1 1/2 thìa cà phê bột bí, dùng thìa thứ hai ấn bột và cho vào nước sôi.
m) Lặp lại với phần bột còn lại theo mẻ.
n) Khi gnocchi nổi lên mặt nước, nấu thêm 1 phút nữa.
o) Dùng thìa có rãnh, chuyển gnocchi vào chảo bơ tan chảy.
p) Đặt chảo lên lửa vừa cao và nấu gnocchi trong khoảng 3 phút.
q) Rắc ớt cayenne, muối và tiêu đen.
r) Lật gnocchi và khuấy lá xô thơm.
s) Nấu trong khoảng 2-3 phút.
t) Chuyển gnocchi vào đĩa và rưới bơ chín từ chảo lên trên.
u) Ăn kèm với 1 thìa phô mai Parmigiano-Reggiano.

FETTUCINI

46. Alfredo cổ điển

Tạo ra: 8
THÀNH PHẦN:
- 6 nửa ức gà không da, không xương
- 3/4 thìa cà phê tiêu trắng xay
- 3 C. sữa
- 6 muỗng canh bơ, chia
- 1 cốc rưỡi
- 4 tép tỏi, băm nhỏ, chia đôi
- 3/4 C. phô mai Parmesan bào
- 1 muỗng canh gia vị Ý
- 8 oz. phô mai Monterey Jack cắt nhỏ
- 1 lb mì fettuccini
- 3 quả cà chua Roma (mận), thái hạt lựu
- 1 củ hành tây, thái hạt lựu
- 1/2 cốc kem chua
- 1 (8 oz.) gói nấm thái lát
- 1/3 chén bột mì đa dụng
- 1 muỗng canh muối

HƯỚNG DẪN:

a) Khuấy thịt gà của bạn sau khi phủ gia vị Ý vào 2 muỗng canh bơ với 2 miếng tỏi.

b) Xào thịt cho đến khi chín hẳn rồi đặt mọi thứ sang một bên.

c) Bây giờ hãy đun sôi mì ống trong nước và muối trong 9 phút, sau đó loại bỏ hết chất lỏng.

d) Đồng thời xào hành tây với 4 thìa bơ cùng với nấm và 2 miếng tỏi nữa.

e) Tiếp tục chiên hỗn hợp cho đến khi hành tây trong suốt rồi cho hạt tiêu, muối và bột mì vào.

f) Khuấy và nấu hỗn hợp trong 4 phút. Sau đó dần dần thêm nửa rưỡi của bạn và sữa vào, đồng thời khuấy đều cho đến khi mọi thứ mịn màng.

g) Cho Monterey và parmesan vào rồi đun cho đến khi phô mai tan chảy, sau đó thêm thịt gà, kem chua và cà chua vào.

h) Phục vụ mì ống của bạn với hỗn hợp gà và nước sốt.

47. Bánh mì nướng Crimini

Tạo ra: 6
THÀNH PHẦN:
- 8 cây nấm tội phạm
- 1/3 chén phô mai parmesan, bào
- 1 chén bông cải xanh
- 3 muỗng canh thảo mộc vùng Provence
- 1 chén rau chân vịt, lá tươi, gói chặt
- 2 muỗng canh dầu ô liu nguyên chất
- 2 quả ớt chuông đỏ, thái hạt lựu
- 1 muỗng canh muối
- 1 củ hành lớn, xắt nhỏ
- 1/2 muỗng canh tiêu
- 1 cốc phô mai mozzarella, cắt nhỏ
- 1 cốc nước sốt cà chua
- 2/3 lb. mì ống (fettuccine hoặc penne đều được)

HƯỚNG DẪN:

a) Trước khi bạn làm bất cứ điều gì, hãy đặt lò nướng ở nhiệt độ 450 F. Thoa dầu hoặc bình xịt nấu ăn lên đĩa thịt hầm.

b) Lấy một tô trộn lớn: Cho nấm, bông cải xanh, rau bina, hạt tiêu và hành tây vào đó.

c) Thêm 1 muỗng canh dầu ô liu, muối, hạt tiêu và trộn lại.

d) Trải rau vào đĩa đã phết mỡ và nướng trong lò trong 10 phút.

e) Nấu mì ống cho đến khi nó trở nên mềm. Xả mì ống và đặt nó sang một bên.

f) Lấy một tô trộn lớn: Trộn 1 muỗng canh dầu ô liu với rau nướng, mì ống, rau thơm và phô mai mozzarella. Đổ hỗn hợp trở lại vào đĩa thịt hầm.

g) Rắc phô mai lên trên rồi nướng trong 20 phút. Ăn nóng và thưởng thức.

48.Pasta Parmesan tỏi trong một nồi

THÀNH PHẦN:

- 2 muỗng canh bơ không muối
- 4 tép tỏi, băm nhuyễn
- 2 cốc nước luộc gà (470 mL)
- 1 cốc sữa (235 mL)
- 8 oz fettuccine (225 g)
- Muối, để nếm
- Hương vị hạt tiêu
- ¼ cốc phô mai Parmesan bào (25 g)
- 2 muỗng canh rau mùi tây tươi, xắt nhỏ

HƯỚNG DẪN:

a) Trong chảo lớn, đun nóng bơ không muối trên lửa vừa cao. Thêm tỏi băm vào nấu, khuấy thường xuyên cho đến khi có mùi thơm (khoảng 1-2 phút).

b) Thêm nước luộc gà, sữa và fettuccine vào chảo. Nêm với muối và hạt tiêu.

c) Đun sôi hỗn hợp, sau đó giảm nhiệt và đun nhỏ lửa, thỉnh thoảng khuấy cho đến khi mì chín (khoảng 18-20 phút).

d) Khuấy phô mai Parmesan bào. Nếu hỗn hợp quá đặc, hãy điều chỉnh độ đặc bằng cách thêm nhiều sữa hơn nếu cần.

e) Dùng ngay và trang trí với rau mùi tây mới cắt nhỏ.

f) Hãy thưởng thức món ăn ngon và đơn giản này nhé!

49. Gà một nồi thịt xông khói Fettuccine Alfredo

Số người: 6 người
THÀNH PHẦN:
- 8 dải thịt xông khói, cắt nhỏ và lọc mỡ
- 2 ức gà lớn, thái hạt lựu thành miếng 1 inch
- 4 tép tỏi, băm nhỏ
- 2 thìa cà phê muối Kosher
- 1 thìa cà phê tiêu
- 6 1/2 cốc sữa (đầy đủ chất béo hoặc 2%); bạn cũng có thể sử dụng một nửa rưỡi
- 500 g (1 pound) mì ống fettuccine khô
- 1 đầu bông cải xanh lớn, cắt thành bông hoa, bỏ cuống
- 1 cốc phô mai Parmesan mới bào

HƯỚNG DẪN:
a) Trong một cái chảo hoặc nồi lớn, chiên thịt xông khói trên lửa vừa cao cho đến khi giòn.
b) Thêm thịt gà thái hạt lựu vào và xào cho đến khi chín. Cho tỏi băm vào và nấu cho đến khi có mùi thơm (khoảng 2 phút). Nêm với muối và hạt tiêu.
c) Đổ sữa vào, khuấy đều và đun sôi nhẹ. Ngay lập tức giảm nhiệt và thêm mì ống fettuccine.
d) Thỉnh thoảng khuấy trong 5-6 phút hoặc cho đến khi mì ống bắt đầu mềm và uốn cong. Thêm bông cải xanh, khuấy đều và đậy nắp nồi. Tiếp tục nấu, thỉnh thoảng khuấy cho đến khi mì ống chín và đạt kết cấu al dente (khoảng 7 phút nữa).
e) Khuấy phô mai Parmesan và trộn cho đến khi tan vào nước sốt. Nếu nước sốt trở nên quá đặc, hãy thêm sữa nếu cần.
f) Ăn kèm thêm hạt tiêu và phô mai Parmesan nếu muốn.
g) Thưởng thức phiên bản lành mạnh hơn của món ăn cổ điển này với đầy đủ hương vị và ít cầu kỳ hơn.

50. Fettuccine nấm

Làm: 8 phần ăn

THÀNH PHẦN:
- 1/2 cốc bơ Land O Lakes® (chia)
- 2 tép tỏi tươi băm nhỏ (hoặc một nhúm muối tỏi)
- 16 ounce nấm tươi thái lát
- 1 cốc kem đánh đặc
- 1 pound fettuccine
- 1/2 chén phô mai Parmesan
- 1 cốc nước mì ống dành riêng
- 1 muỗng cà phê muối (điều chỉnh theo khẩu vị)
- Hạt tiêu vừa mới nghiền
- Rau mùi tây tươi để phủ lên trên

HƯỚNG DẪN:

a) Bắt đầu bằng cách làm sạch nấm. Trong một cái chảo lớn, làm tan chảy 2 thìa bơ rồi cho tỏi và nấm vào. Xào cho đến khi nấm mềm và có màu nâu đậm, mất khoảng 10-15 phút.

b) Thêm kem và bơ còn lại vào chảo. Hãy để nó sôi trên lửa nhỏ.

c) Trong khi nước sốt nấm của bạn đang sôi, hãy nấu fettuccine trong nồi lớn theo hướng dẫn trên bao bì. Sau khi nấu chín, để ráo fettuccine, chừa lại một lượng nhỏ nước mì ống và cho vào chảo.

d) Kết hợp nước sốt nấm với fettuccine nóng trong chảo. Quăng mọi thứ lại với nhau bằng cách sử dụng kẹp. Thêm phô mai Parmesan và tối đa 1 cốc nước mì ống dành riêng nếu cần để đạt được độ đặc mong muốn. Ướp với muối và hạt tiêu mới xay.

e) Bây giờ, bạn có thể đứng bên bếp và thưởng thức món ăn thơm ngon này ngay từ chảo. Thật là tốt!

Mỳ ống Rigatoni

51. Romano Rigatoni soong

Tạo ra: 6

THÀNH PHẦN:
- 1 lb xúc xích xay
- 1/4 chén phô mai Romano, bào
- 1 (28 oz.) lon nước sốt cà chua kiểu Ý
- mùi tây cắt nhỏ, để trang trí
- 1 (14 1/2 oz.) lon đậu cannellini, để ráo nước và rửa sạch
- 1 (16 oz.) HỘP mì ống rigatoni
- 1/2 thìa cà phê tỏi băm
- 1 thìa cà phê gia vị Ý
- 3 C. phô mai mozzarella bào sợi

HƯỚNG DẪN:

a) Trước khi bạn làm bất cứ điều gì, hãy đặt lò nướng ở nhiệt độ 350 F. Mỡ một ít bơ hoặc dầu vào đĩa thịt hầm lớn.

b) Đặt một cái nồi lớn trên lửa vừa. Thêm tỏi với xúc xích và nấu trong 6 phút.

c) Thêm nước sốt cà chua, đậu và gia vị Ý sau đó nấu chúng trong 5 phút ở lửa nhỏ.

d) Nấu mì ống theo hướng dẫn của nhà sản xuất. Xả mì ống và cho vào nồi.

e) Đổ một nửa hỗn hợp mì ống xúc xích vào nồi đã phết mỡ rồi phủ một nửa phô mai mozzarella lên trên. Lặp lại quá trình để tạo một lớp khác.

f) Phủ phô mai romano lên trên món thịt hầm rồi đặt một miếng giấy bạc lên trên. Nấu món thịt hầm Rigatoni trong lò trong 26 phút.

g) Phục vụ món rigatoni của bạn khi còn ấm.

52. Húng quế Rigatoni thuần chay

Tạo ra: 6

THÀNH PHẦN:
- 1 1/2 (8 oz.) gói mì ống rigatoni
- 6 lá húng quế tươi, thái lát mỏng
- 2 muỗng canh dầu ô liu
- 6 nhánh ngò tươi, thái nhỏ
- 2 tép tỏi, băm nhỏ
- 1/4 chén dầu ô liu
- 1/2 (16 oz.) gói đậu phụ, để ráo nước và cắt thành khối
- 1/2 muỗng cà phê húng tây khô
- 1 1/2 muỗng cà phê nước tương
- 1 củ hành tây nhỏ, thái lát mỏng
- 1 quả cà chua lớn, cắt khối
- 1 củ cà rốt, cắt nhỏ

HƯỚNG DẪN:

a) Nấu mì ống theo hướng dẫn trên bao bì.

b) Đặt một cái chảo lớn trên lửa vừa. Đun nóng 2 muỗng canh dầu ô liu trong đó. Thêm tỏi và nấu trong 1 phút 30 giây.

c) Khuấy húng tây với đậu phụ. Nấu chúng trong 9 phút. Khuấy nước tương và tắt lửa.

d) Lấy một tô trộn lớn: Cho Rigatoni, hỗn hợp đậu phụ, hành tây, cà chua, cà rốt, húng quế và ngò vào đó. Rưới dầu ô liu lên món salad mì ống rồi thưởng thức.

MÌ ỐNG KHUỶU TAY

53. BLT Pasta Salad

Tạo ra: 6
THÀNH PHẦN:
- 2 cốc mì ống khuỷu tay
- 1 ¼ cốc sốt mayonnaise
- 2 muỗng canh giấm balsamic
- 1 cốc cà chua bi cắt đôi
- ¼ chén ớt chuông đỏ xắt nhỏ
- 3 muỗng canh hành lá xắt nhỏ
- ½ chén phô mai Cheddar cắt nhỏ
- Muối và hạt tiêu cho vừa ăn
- ½ thìa cà phê thì là
- 10 lát thịt xông khói
- 8 oz. xà lách romaine cắt nhỏ

HƯỚNG DẪN:
a) Nấu mì ống trong nồi nước muối trong 10 phút. Để ráo nước và chuyển vào tô salad.
b) Thêm sốt mayonnaise, giấm balsamic, cà chua, ớt chuông, hành lá, phô mai, muối, tiêu và thì là vào mì ống rồi khuấy đều để kết hợp.
c) Thư giãn trong 3 giờ.
d) Chiên thịt xông khói trong 10 phút, cho đến khi giòn.
e) Xả thịt xông khói và để nguội, sau đó vò nát thịt xông khói.
f) Đổ thịt xông khói vụn lên trên món salad
g) Ăn kèm với rau diếp romaine.

54.Mac-and-cheese rau bina và atisô

Tạo ra: 6 ĐẾN 8

THÀNH PHẦN:
- 6 thìa bơ mặn, ở nhiệt độ phòng, cộng thêm để bôi trơn
- 1 hộp mì ống cắt ngắn (1 pound), chẳng hạn như mì ống
- 2 cốc sữa nguyên chất
- 1 (8 ounce) gói phô mai kem, cắt hạt lựu
- 3 chén phô mai cheddar cắt nhỏ
- Muối Kosher và hạt tiêu mới xay
- Ớt cayenne xay
- 2 chén rau bina tươi đóng gói, xắt nhỏ
- 1 lọ atisô ướp (8 ounce), để ráo nước và cắt nhỏ
- 1½ cốc bánh quy giòn Ritz nghiền nát (khoảng 1 ống tay áo)
- ¾ thìa cà phê bột tỏi

HƯỚNG DẪN:

a) Làm nóng lò ở nhiệt độ 375°F. Bôi mỡ vào đĩa nướng 9 × 13 inch.

b) Trong một cái chảo lớn, đun sôi 4 cốc nước muối ở lửa lớn. Thêm mì ống và nấu, thỉnh thoảng khuấy trong 8 phút. Khuấy sữa và phô mai kem rồi nấu cho đến khi phô mai kem tan chảy và mì ống chín mềm, khoảng 5 phút nữa.

c) Nhấc chảo ra khỏi bếp và cho 2 cốc phô mai cheddar và 3 thìa bơ vào khuấy đều. Nêm muối, tiêu và ớt cayenne. Khuấy rau bina và atisô. Nếu nước sốt có cảm giác quá đặc, hãy thêm ¼ cốc sữa hoặc nước để làm loãng nước sốt.

d) Chuyển hỗn hợp vào đĩa nướng đã chuẩn bị. Phủ 1 cốc cheddar còn lại lên trên.

e) Trong một tô vừa, khuấy đều bánh quy giòn, 3 thìa bơ còn lại và bột tỏi. Rắc đều vụn bánh mì lên mac và phô mai.

f) Nướng cho đến khi nước sốt sủi bọt và các mẩu vụn có màu vàng, khoảng 20 phút. Để nguội trong 5 phút và phục vụ. Bảo quản thức ăn thừa trong tủ lạnh trong hộp kín tối đa 3 ngày.

55. Ớt Mac soong

THÀNH PHẦN:
- 1 cốc mì ống khuỷu tay chưa nấu chín
- 2 pound thịt bò nạc xay (90% nạc)
- 1 củ hành vừa, xắt nhỏ
- 2 tép tỏi, băm nhỏ
- 1 lon (28 ounce) cà chua thái hạt lựu, không ráo nước
- 1 lon (16 ounce) đậu thận, rửa sạch và để ráo nước
- 1 lon (6 ounce) bột cà chua
- 1 lon (4 ounce) ớt xanh xắt nhỏ
- 1-1/4 muỗng cà phê muối
- 1 thìa cà phê ớt bột
- 1/2 thìa cà phê thì là xay
- 1/2 thìa cà phê tiêu
- 2 cốc hỗn hợp phô mai Mexico ít béo cắt nhỏ
- Hành lá thái mỏng tùy thích

HƯỚNG DẪN:

a) Nấu mì ống theo hướng dẫn trên bao bì. Trong khi đó, trên chảo chống dính lớn, xào thịt bò, hành, tỏi trên lửa vừa cho đến khi thịt không còn màu hồng, bẻ thịt thành từng miếng vụn; làm khô hạn. Khuấy cà chua, đậu, bột cà chua, ớt và gia vị. Xả mì ống; thêm vào hỗn hợp thịt bò.

b) Chuyển sang 13x9-in. đĩa nướng được phủ một lớp xịt nấu ăn. Đậy nắp và nướng ở nhiệt độ 375° cho đến khi sủi bọt, 25-30 phút. Khám phá; rắc phô mai. Nướng cho đến khi phô mai tan chảy, lâu hơn 5-8 phút. Nếu muốn, rắc hành lá thái lát lên trên.

PASTA ZITI

56.Ziti nướng

Tạo ra: 10

THÀNH PHẦN:
- 1 lb mì ống ziti
- 1 muỗng canh dầu ô liu
- 1 lb thịt bò xay
- Muối và hạt tiêu cho vừa ăn
- ½ thìa cà phê muối tỏi
- ½ thìa cà phê bột tỏi
- 1 củ hành tây xắt nhỏ
- 6 chén nước sốt cà chua
- ½ thìa cà phê lá oregano
- ½ muỗng cà phê húng quế
- 1 cốc phô mai ricotta
- 1 quả trứng đánh
- 1 cái ly. phô mai mozzarella cắt nhỏ
- ¼ chén phô mai pecorino bào

HƯỚNG DẪN:

a) Đun sôi ziti trong nồi nước muối trong 10 phút. Xả nước.
b) Đun nóng dầu ô liu trong nồi.
c) Ướp thịt bò với muối, tiêu, muối tỏi, bột tỏi.
d) Cho thịt và hành tây vào nồi xào trong 5 phút.
e) Đổ nước sốt cà chua vào và nêm lá oregano và húng quế.
f) Đun nhỏ lửa trong 25 phút.
g) Làm nóng lò ở nhiệt độ 350 độ.
h) Đánh trứng và phô mai ricotta với nhau.
i) Rắc phô mai pecorino.
j) Chuyển một nửa mì ống và một nửa nước sốt vào đĩa nướng.
k) Thêm một nửa phô mai ricotta.
l) Phủ một nửa phô mai mozzarella lên trên.
m) Tạo một lớp mì ống, nước sốt và phô mai mozzarella khác.
n) Nướng trong 25 phút. Phô mai phải sủi bọt.

57.Provolone Ziti nướng

Thành PHẦN :
- 1 muỗng canh dầu ô liu
- 1 củ hành vừa, xắt nhỏ
- 3 tép tỏi, băm nhỏ
- 2 lon (mỗi lon 28 ounce) cà chua nghiền kiểu Ý
- 1-1/2 cốc nước
- 1/2 chén rượu vang đỏ khô hoặc nước dùng ít natri
- 1 thìa đường
- 1 muỗng cà phê húng quế khô
- 1 gói (16 ounce) ziti hoặc mì ống nhỏ
- 8 lát phô mai provolone

HƯỚNG DẪN:

a) Làm nóng lò ở nhiệt độ 350°. Trong 6-qt. stockpot, đun nóng dầu trên lửa vừa cao. Thêm hành tây; nấu và khuấy 2-3 phút hoặc cho đến khi mềm. Thêm tỏi; nấu thêm 1 phút nữa. Khuấy cà chua, nước, rượu, đường và húng quế. Đun sôi; loại bỏ khỏi nhiệt. Khuấy ziti chưa nấu chín.

b) Chuyển sang 13x9-in. đĩa nướng được phủ một lớp xịt nấu ăn. Nướng, đậy nắp, 1 giờ. Phủ phô mai lên trên. Nướng, không đậy nắp, lâu hơn 5-10 phút hoặc cho đến khi ziti mềm và phô mai tan chảy.

58. Thịt bò Ziti soong

Làm: 1 phần ăn

THÀNH PHẦN:
- 8 ounce mì ống Ziti chưa nấu chín
- 1 lon (16 oz.) Đậu xanh cắt nhỏ, để ráo nước
- 1 lon (11 oz.) ngô Niblets khổng lồ xanh, để ráo nước
- 1 pound thịt bò xay
- 2 lon (mỗi lon 10 3/4 oz) Súp Nấm Vàng Đặc của Campbell
- 1 lon (14 1/2 oz.) Cà chua hầm Del Monte (kiểu mì ống dai hoặc kiểu Ý, tùy theo sở thích)
- 1 muỗng cà phê lá húng quế khô nghiền nát
- ¼ thìa cà phê tiêu
- ½ thìa cà phê bột tỏi
- 2 cốc phô mai Cheddar cắt nhỏ

HƯỚNG DẪN:

a) Làm nóng lò ở nhiệt độ 400 độ.

b) Nấu mì ống Ziti theo hướng dẫn trên bao bì, sau đó để ráo nước.

c) Cho Ziti đã nấu chín, đậu xanh và ngô đã ráo nước vào nồi nấu dùng cho Ziti.

d) Trong chảo 10 inch trên lửa vừa, làm nâu thịt bò xay, khuấy đều để tách thịt ra; sau đó xả mỡ.

e) Cho súp nấm vàng, cà chua hầm, húng quế khô, hạt tiêu và bột tỏi vào thịt bò đã nấu chín. Đun nóng hỗn hợp thật kỹ.

f) Thêm hỗn hợp súp vào hỗn hợp Ziti và rau, trộn đều.

g) Múc hỗn hợp vào đĩa nướng 13 x 9 inch đã bôi mỡ.

h) Đậy đĩa bằng giấy bạc và nướng trong 15 phút.

i) Mở nắp nồi, rắc phô mai cắt nhỏ lên và nướng thêm 5 phút hoặc cho đến khi phô mai tan chảy. Thưởng thức!

59. Ziti nướng

Làm: 6 phần ăn
THÀNH PHẦN:
- 1 pound Ziti nấu chín
- 1 pound thịt bò xay nấu chín
- 1 gói (15 oz) phô mai Ricotta
- ¼ cốc mùi tây
- ½ cốc phô mai Parmesan
- 1 quả trứng
- 2 cốc phô mai Mozzarella vụn
- 3 chén nước sốt tùy bạn chọn

HƯỚNG DẪN:

a) Trong một tô trộn, trộn phô mai Ricotta, trứng, rau mùi tây và phô mai Parmesan.
b) Cẩn thận trộn bánh hamburger đã nấu chín với hỗn hợp phô mai này.
c) Thêm Ziti đã nấu chín vào hỗn hợp và trộn đều.
d) Trộn vào ¾ nước sốt bạn chọn.
e) Trải hỗn hợp vào chảo nướng.
f) Đổ phần nước sốt còn lại lên trên.
g) Rắc phô mai Mozzarella thái nhỏ lên trên nước sốt.
h) Nướng ở nhiệt độ 350°F trong 30-35 phút hoặc cho đến khi sủi bọt và phô mai tan chảy và có màu nâu nhạt.
i) Thưởng thức Ziti nướng thơm ngon của bạn!

60.Xúc xích nướng Ziti

Làm: 1 phần ăn
THÀNH PHẦN:
- 8 ounce Ziti, nấu theo hướng dẫn trên bao bì
- 4 miếng xúc xích Ý (nóng hoặc ngọt, hoặc kết hợp cả hai)
- 1¾ cốc rưỡi
- 1½ cốc phô mai Fontina bào
- ½ chén ớt xanh thái hạt lựu (tùy chọn)
- Muối và hạt tiêu cho vừa ăn
- ¼ cốc phô mai Ý bào

HƯỚNG DẪN:
a) Nấu Ziti theo hướng dẫn trên bao bì và để ráo nước.
b) Lấy xúc xích ra khỏi vỏ, vò nát và cho vào chảo rán chín vàng. Hút mỡ thừa.
c) Cho xúc xích chín vàng vào mì ống đã nấu chín, cùng với hạt tiêu thái hạt lựu (nếu dùng), 1 cốc rưỡi, 1 cốc phô mai Fontina và phô mai Ý bào. Phôi hợp mọi thứ lại với nhau.
d) Đổ hỗn hợp vào đĩa nướng 13x9 inch đã phết bơ.
e) Đậy đĩa và nướng ở nhiệt độ 350°F trong 20 phút.
f) Mở đĩa ra và phủ nửa rưỡi còn lại và phô mai Fontina lên trên.
g) Nướng thêm 10 phút hoặc cho đến khi phô mai tan chảy và món ăn sủi bọt.
h) Hãy để nó đứng trong 5 phút trước khi phục vụ.
i) Thưởng thức món xúc xích Ziti nướng của bạn!

MỲ Ý MỲ Ý

61. Tôm Pesto với mì ống

Tạo ra: 4
THÀNH PHẦN:
- 8 oz. mì ống Ý
- 2 tép tỏi băm
- Muối để nếm
- 1 muỗng canh dầu ô liu
- 8 oz. măng tây
- 1 chén nấm trắng thái lát
- ¾ pound tôm bóc vỏ và bỏ chỉ
- ⅛ muỗng cà phê ớt đỏ
- ¼ cốc pesto – hoặc tự chuẩn bị
- 2 muỗng canh phô mai parmesan bào

HƯỚNG DẪN:
a) Đặt spaghetti vào nồi nước sôi có muối và nấu trong 10 phút.
b) Xả mì spaghetti nhưng để lại một ít nước mì ống sang một bên.
c) Đun nóng dầu ô liu trong chảo.
d) Xào tỏi, măng tây và nấm trong 5 phút hoặc cho đến khi chúng mềm.
e) Thêm tôm vào chảo và nêm ớt đỏ
f) Nấu trong 5 phút.
g) Nếu cần chất lỏng, hãy thêm một vài thìa nước mì ống.
h) Kết hợp nước sốt pesto và phô mai parmesan.
I) Khuấy pesto vào tôm.
j) Nấu trong 5 phút
k) Phục vụ trên mì spaghetti.

62. mì ống cá ngừ

Tạo ra: 4
THÀNH PHẦN:
- 2 muỗng canh dầu ô liu
- 1 (7 oz.) lon cá ngừ ngâm dầu, để ráo nước
- 1 phi lê cá cơm
- 1/4 chén mùi tây lá phẳng tươi thái hạt lựu
- 2 muỗng canh nụ bạch hoa
- 1 (12 oz.) gói spaghetti
- 3 tép tỏi băm
- 1 muỗng canh dầu ô liu nguyên chất, hoặc tùy khẩu vị
- 1/2 chén rượu trắng khô
- 1/4 cốc Parmigiano-Reggiano mới xay
- 1/4 thìa cà phê lá oregano khô
- pho mát, hoặc nếm thử
- 1 nhúm ớt đỏ, hoặc nếm thử
- 1 muỗng canh mùi tây lá phẳng tươi thái hạt lựu, hoặc nếm thử 3 C. cà chua Ý (mận) nghiền nát
- muối và tiêu đen xay cho vừa ăn
- 1 nhúm ớt cayenne, hoặc nếm thử

HƯỚNG DẪN:
a) Xào bạch hoa và cá cơm trong dầu ô liu trong 4 phút, sau đó cho tỏi vào và tiếp tục chiên hỗn hợp thêm 2 phút nữa.
b) Bây giờ thêm hạt tiêu, rượu vang trắng và cam.
c) Khuấy hỗn hợp và tăng nhiệt.
d) Để hỗn hợp nấu trong 5 phút trước khi thêm cà chua và đun nhỏ lửa hỗn hợp.
e) Sau khi hỗn hợp sôi thì thêm vào: ớt cayenne, hạt tiêu đen và muối.
f) Đặt nhiệt độ xuống thấp và để mọi thứ nấu trong 12 phút.
g) Bây giờ hãy bắt đầu luộc mì ống trong nước và muối trong 10 phút, sau đó loại bỏ hết chất lỏng và để mì ống trong chảo.
h) Kết hợp cà chua đang sôi với mì ống và đậy nắp nồi. Với mức nhiệt thấp, làm ấm mọi thứ trong 4 phút.
i) Khi phục vụ mì ống của bạn lên trên, hãy phủ một ít Parmigiano-Reggiano, rau mùi tây và dầu ô liu.

63. Spaghetti nóng nắng

Tạo ra: 2
THÀNH PHẦN:
- 2 1/2 chén mì spaghetti nấu chín
- 1 thìa cà phê lá oregano
- 1/4 chén dầu ô liu
- 1 thìa cà phê tỏi hạt hoặc 2 thìa tỏi tươi
- 8 quả ớt pepperoncini, thái nhỏ
- 1/2 chén nước sốt spaghetti

HƯỚNG DẪN:
a) Đặt một cái chảo lớn trên lửa vừa. Đun nóng dầu trong đó. Thêm các loại thảo mộc với ớt và nấu chúng trong 4 phút.
b) Khuấy nước sốt với spaghetti đã nấu chín rồi nấu trong 3 phút.
c) Phục vụ spaghetti của bạn ấm áp ngay lập tức.
d) Thưởng thức.

64. Spaghetti Bolognese nướng chảo

Làm: 6 phần ăn
THÀNH PHẦN:
- 12 ounce (340g) mì spaghetti
- 1 pound (450g) thịt bò xay
- 1 củ hành vừa, thái nhỏ
- 2 tép tỏi, băm nhỏ
- Cà chua nghiền lon 28 ounce
- 2 muỗng canh bột cà chua
- 1 thìa cà phê lá oregano khô
- 1 muỗng cà phê húng quế khô
- ½ muỗng cà phê ớt đỏ
- Muối và hạt tiêu đen, vừa ăn
- ¼ chén rượu vang đỏ (tùy chọn)
- Lá húng quế tươi để trang trí
- Dầu ô liu để bôi trơn

HƯỚNG DẪN:
a) Làm nóng lò nướng của bạn ở nhiệt độ 375°F (190°C).
b) Trong một nồi nước muối sôi lớn, nấu mì spaghetti theo hướng dẫn trên bao bì cho đến khi vừa chín. Xả và đặt sang một bên.
c) Trong một cái chảo chịu nhiệt lớn, đun nóng một chút dầu ô liu trên lửa vừa cao. Thêm hành tây xắt nhỏ và nấu cho đến khi chúng trở nên trong suốt, khoảng 2-3 phút.
d) Cho thịt bò xay vào chảo và nấu, dùng thìa bẻ nhỏ cho đến khi thịt có màu nâu và không còn màu hồng, khoảng 5 - 7 phút. Nếu có mỡ thừa thì để ráo.
e) Cho tỏi băm vào đảo thêm 1-2 phút nữa cho đến khi có mùi thơm.
f) Thêm cà chua nghiền, bột cà chua, lá oregano khô, húng quế khô, ớt đỏ, muối và hạt tiêu đen. Nếu bạn đang sử dụng rượu vang đỏ, hãy đổ rượu vào ở giai đoạn này. Khuấy đều để kết hợp tất cả các thành phần và đun sôi nước sốt nhẹ nhàng.
g) Để nó nấu trong khoảng 10 phút, để hương vị hòa quyện và nước sốt hơi đặc lại.
h) Cho spaghetti đã nấu chín vào chảo, trộn đều với sốt Bolognese. Loại bỏ khỏi nhiệt.
i) Chuyển chảo vào lò đã làm nóng trước và nướng trong khoảng 20-25 phút.
j) Khi chảo nướng đã ra khỏi lò, hãy trang trí nó bằng lá húng quế tươi và thưởng thức.

65. Sò điệp Bay với Spaghetti

Tạo ra: 4

THÀNH PHẦN:
- 8 oz. mì ống Ý
- ⅓ chén rượu trắng khô
- 3 muỗng canh bơ
- 1 lb. sò điệp bay
- 4 tép tỏi băm
- 1 nhúm ớt đỏ
- 1 cốc kem đặc
- Muối và hạt tiêu cho vừa ăn
- Nước ép của nửa quả chanh
- ¼ cốc Pecorino-Romano bào

HƯỚNG DẪN:

a) Luộc mì spaghetti trong nồi nước muối trong 10 phút. Xả và đặt sang một bên.
b) Đun nóng bơ trong chảo lớn.
c) Thêm sò điệp thành một lớp và chiên vàng trong 2 phút ở lửa vừa.
d) Lật sò điệp và chiên mặt còn lại trong 1 phút nữa.
e) Khuấy tỏi, ớt đỏ và rượu rồi nấu trong 1 phút. Hãy chắc chắn không nấu sò điệp quá chín.
f) Nêm muối, tiêu và nước cốt của nửa quả chanh.
g) Khuấy spaghetti vào chảo và kết hợp với sò điệp.
h) Đun nhỏ lửa trong 2 phút và phủ phô mai bào lên trên.

66.Spaghetti nóng nắng

Tạo ra: 2
THÀNH PHẦN:
- 2 1/2 chén mì spaghetti nấu chín
- 1 thìa cà phê lá oregano
- 1/4 chén dầu ô liu
- 2 muỗng canh tỏi tươi
- 8 quả ớt pepperoncini, thái nhỏ
- 1/2 chén nước sốt spaghetti

HƯỚNG DẪN:

a) Đặt một cái chảo lớn trên lửa vừa. Đun nóng dầu trong đó. Thêm các loại thảo mộc với ớt và nấu chúng trong 4 phút.

b) Khuấy nước sốt với spaghetti đã nấu chín rồi nấu trong 3 phút.

c) Phục vụ spaghetti của bạn ấm áp ngay lập tức.

67.Gà tetrazzini

THÀNH PHẦN :
- 8 ounce mì spaghetti chưa nấu chín
- 2 muỗng cà phê cộng với 3 muỗng canh bơ, chia
- 8 dải thịt xông khói, xắt nhỏ
- 2 chén nấm tươi thái lát
- 1 củ hành tây nhỏ, xắt nhỏ
- 1 quả ớt xanh nhỏ, xắt nhỏ
- 1/3 chén bột mì đa dụng
- 1/4 thìa cà phê muối
- 1/4 thìa cà phê tiêu
- 3 chén nước luộc gà
- 3 chén gà quay thái nhỏ
- 2 chén đậu Hà Lan đông lạnh (khoảng 8 ounce)
- 1 lọ (4 ounce) pimientos thái hạt lựu, để ráo nước
- 1/2 chén phô mai Romano hoặc Parmesan bào

HƯỚNG DẪN:

a) Làm nóng lò ở nhiệt độ 375°. Nấu mì spaghetti theo hướng dẫn trên bao bì cho món al dente. Làm khô hạn; chuyển sang 13x9-in được bôi mỡ. món nướng. Thêm 2 muỗng cà phê bơ và trộn đều.

b) Trong khi đó, trong chảo lớn, nấu thịt xông khói trên lửa vừa cho đến khi giòn, thỉnh thoảng khuấy đều. Tẩy bằng thìa rãnh; xả trên khăn giấy. Loại bỏ nước nhỏ giọt, để lại 1 muỗng canh trong chảo. Thêm nấm, hành tây và ớt xanh vào nước xốt; nấu và khuấy trên lửa vừa cao trong 5-7 phút hoặc cho đến khi mềm. Lấy ra khỏi chảo.

c) Trong cùng một chảo, đun nóng phần bơ còn lại trên lửa vừa. Khuấy bột mì, muối và hạt tiêu cho đến khi mịn; cho từ từ vào nước dùng. Đun sôi, thỉnh thoảng khuấy; nấu và khuấy trong 3-5 phút hoặc cho đến khi hơi đặc lại. Thêm hỗn hợp thịt gà, đậu Hà Lan, pimientos và nấm; đun nóng qua, thỉnh thoảng khuấy. Múc một thìa spaghetti lên trên. Rắc thịt xông khói và phô mai.

d) Nướng, không đậy nắp, 25-30 phút hoặc cho đến khi có màu vàng nâu. Hãy đứng 10 phút trước khi phục vụ.

68. Rigatoni nướng và thịt viên

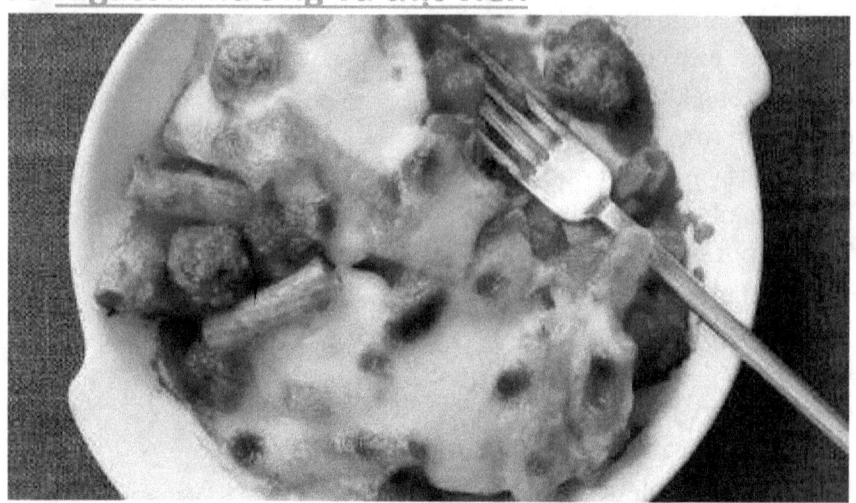

THÀNH PHẦN :
- 3½ cốc mì ống Rigatoni
- 1⅓ cốc Mozzarella, cắt nhỏ
- 3 muỗng canh Parmesan, mới xay
- 1 đồng Gà tây nạc

HƯỚNG DẪN:

a) Thịt viên: Cho trứng vào tô đánh nhẹ; trộn hành tây, vụn bánh mì, tỏi, phô mai Parmesan, lá oregano, muối và tiêu. Trộn vào gà tây.

b) Nặn từng thìa thành từng quả bóng.

c) Trong chảo lớn, đun nóng dầu trên lửa vừa cao; nấu từng mẻ thịt viên nếu cần, trong 8-10 phút hoặc cho đến khi chín vàng các mặt.

d) Cho hành tây, tỏi, nấm, ớt xanh, húng quế, đường, lá oregano, muối, tiêu và nước vào chảo; nấu trên lửa vừa, thỉnh thoảng khuấy trong khoảng 10 phút hoặc cho đến khi rau mềm. Khuấy cà chua và bột cà chua; đun sôi. Thêm thịt viên

e) Trong khi đó, nấu rigatoni trong một nồi nước muối lớn đang sôi . Chuyển sang đĩa nướng 11x7 inch hoặc nồi nướng nông 8 cốc.

f) Rắc phô mai mozzarella , sau đó rắc đều Parmesan lên trên. Nướng

69.Chảo spaghetti nhanh

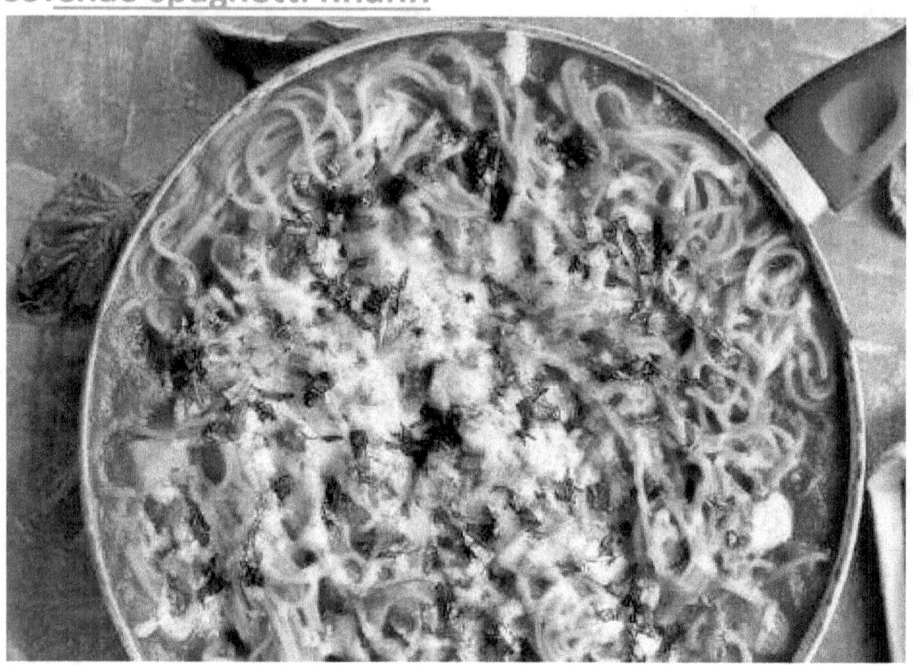

Tạo ra: 4

THÀNH PHẦN:
- 1 lb. gà tây xay
- 1/2 muỗng cà phê ớt đỏ
- 2 tép tỏi, băm nhỏ
- 8 oz. spaghetti chưa nấu chín, chia thành ba phần
- 1 quả ớt xanh nhỏ, xắt nhỏ
- Parmesan cheese
- 1 củ hành tây nhỏ, xắt nhỏ
- 2 C. nước
- 1 (28 oz.) lọ mì spaghetti kiểu truyền thống
- nước xốt

HƯỚNG DẪN:
a) Đặt một cái chảo lớn trên lửa vừa. Nấu gà tây với tỏi, hành tây và ớt xanh trong 8 phút.
b) Thêm nước cùng với ớt bột, nước sốt spaghetti, một chút muối và hạt tiêu.
c) Nấu chúng cho đến khi chúng bắt đầu sôi. Thêm spaghetti vào nồi.
d) Đun sôi trong 14 đến 16 phút hoặc cho đến khi mì ống chín.
e) Lấy một tô trộn:
f) Thưởng thức.

70. Mì Ý dễ dàng

Tạo ra: 4
THÀNH PHẦN:
- 12 oz. mì ống Ý
- 1 muỗng canh dầu ô liu
- 1 lb thịt bò xay
- 1 củ hành tây xắt nhỏ
- 3 tép tỏi băm
- Muối và hạt tiêu cho vừa ăn
- 1 thìa cà phê đường
- ¼ thìa cà phê bột nghệ
- 2 muỗng canh bột cà chua
- 2 chén nước sốt cà chua
- 1 thìa cà phê gia vị Ý

HƯỚNG DẪN:
a) Chuẩn bị mì ống trong nồi nước sôi có muối trong 10 phút. Xả và đặt sang một bên.
b) Đun nóng dầu ô liu trong chảo lớn.
c) Xào hành và tỏi trong 5 phút.
d) Cho thịt bò xay, muối, tiêu và nghệ vào trộn đều.
e) Thêm bột cà chua, sốt cà chua và gia vị Ý.
f) Đun nhỏ lửa trong 45 phút.
g) Thêm spaghetti và trộn với nước sốt.

71. Tôm Lo Mein

Tạo ra: 2
THÀNH PHẦN:
- 8 oz. mì ống Ý
- ¼ chén nước tương
- 3 muỗng canh dầu hào
- 1 muỗng canh mật ong
- ½ inch gừng nạo
- 1 muỗng canh dầu ô liu
- 1 quả ớt chuông đỏ xắt nhỏ
- 1 củ hành tây thái nhỏ
- ½ chén hạt dẻ nước xắt nhỏ
- ½ chén nấm cremini thái lát
- 3 tép tỏi băm
- 1 lb tôm tươi bóc vỏ và bỏ chỉ
- 2 quả trứng đánh

HƯỚNG DẪN:

a) Luộc mì spaghetti trong nồi nước muối trong 10 phút. Xả nước.
b) Trộn nước tương, dầu hào, mật ong và gừng vào tô.
c) Đun nóng dầu ô liu trong chảo lớn.
d) Xào ớt chuông, hành tây, hạt dẻ nước, nấm trong 5 phút.
e) Cho tỏi và tôm vào đảo thêm 2 phút nữa.
f) Chuyển nguyên liệu sang một mặt của chảo và đánh trứng ở mặt còn lại trong 5 phút.
g) Thêm spaghetti và nước sốt vào rồi trộn tất cả nguyên liệu trong 2 phút.

72.Gà tetrazzini

Tạo ra: 8
THÀNH PHẦN:
- 8 oz. mì ống Ý
- 1 muỗng canh dầu ô liu
- 4 ức gà xé nhỏ
- Muối và hạt tiêu cho vừa ăn
- 1 chén nấm tươi thái lát
- 1 quả ớt chuông đỏ xắt nhỏ
- 1 củ hành tây xắt nhỏ
- 4 tép tỏi băm
- ¼ cốc bơ
- 3 thìa bột mì
- ½ thìa cà phê húng tây
- 1 chén nước luộc gà
- 1 cốc rưỡi
- ¼ chén rượu trắng
- ½ thìa cà phê muối tỏi
- ½ thìa cà phê lá oregano
- Hương vị hạt tiêu
- ½ chén hỗn hợp phô mai Ý cắt nhỏ

HƯỚNG DẪN:

a) Luộc mì spaghetti trong nồi nước sôi có muối trong 10 phút.
b) Đun nóng dầu trong một chảo lớn.
c) Cho ớt chuông, nấm, hành tây và tỏi vào chảo xào trong 5 phút cho đến khi rau mềm và thịt gà không còn màu hồng.
d) Đun chảy bơ trong chảo và cho bột vào khuấy đều.
e) Tiếp tục khuấy cho đến khi tạo thành hỗn hợp sệt.
f) Từ từ đổ nước dùng, nửa rưỡi và rượu vào trong khi khuấy liên tục.
g) Nêm nước sốt với hạt tiêu, lá oregano và húng tây.
h) Khuấy hỗn hợp phô mai Ý và khuấy trong 5 phút cho đến khi phô mai tan chảy.
i) Thêm rau củ và các loại rau củ đã chín vào rồi đun nhỏ lửa trong 5 phút.

73. Chảo mì ống xúc xích

Tạo ra: 4

THÀNH PHẦN:
- 1/2 lb thịt bò nạc xay
- 2 sườn cần tây, thái lát
- 1/4 lb xúc xích Ý số lượng lớn
- 4 oz. spaghetti chưa nấu chín, bẻ làm đôi
- 2 (8 oz.) lon nước sốt cà chua không thêm muối
- 1/4 thìa cà phê lá oregano khô
- 1 (14 1/2 oz.) lon cà chua hầm
- muối và tiêu
- 1 ly nước
- 1 (4 oz.) lon thân và miếng nấm,
- cạn nước

HƯỚNG DẪN:

a) Đặt chảo lên lửa vừa. Nướng xúc xích với thịt bò trong 8 phút. Loại bỏ chất béo.

b) Khuấy phần còn lại của các thành phần. Nấu chúng cho đến khi chúng bắt đầu sôi. Đậy nắp và để chúng nấu trong 15 đến 17 phút. Phục vụ bạn chảo mì ống ấm. Trang trí nó với một số loại thảo mộc cắt nhỏ.

74. Pasta gà nướng

Làm: 2 phần ăn

THÀNH PHẦN:
- ½ (8 ounce) gói spaghetti
- 2 muỗng canh dầu ô liu
- 8 quả cà chua mận (để trống) cà chua roma (mận), cắt đôi và thái lát
- 1 thìa cà phê bột tỏi
- ½ muỗng cà phê lá oregano khô
- 2 muỗng cà phê húng quế khô
- 1 nhúm muối
- 1 thìa cà phê tiêu đen xay
- 1 ½ muỗng cà phê đường trắng
- 1 muỗng canh sốt cà chua
- 3 muỗng canh dầu ô liu
- 2 ức gà không da, không xương, cắt thành dải mỏng
- 2 tép tỏi, nghiền nát
- 1 quả ớt chuông xanh, xắt nhỏ
- 1 quả ớt chuông đỏ, xắt nhỏ
- 1 củ hành đỏ, xắt nhỏ
- 1 chén nấm tươi thái lát
- ¼ chén phô mai Parmesan bào

HƯỚNG DẪN:

a) Đun sôi một nồi nước lớn trên lửa lớn. Khuấy mì spaghetti và đun sôi lại. Nấu mì ống cho đến khi chín nhưng vẫn cứng khi cắn, khoảng 6-8 phút. Thoát nước tốt và giữ ấm.

b) Đun nóng 2 muỗng canh dầu trong chảo lớn trên lửa vừa. Khuấy cà chua; nấu cho đến khi chúng mềm và bắt đầu phân hủy. Khuấy bột tỏi, lá oregano, húng quế, muối, tiêu, đường và sốt cà chua. Đun nóng nước sốt và dự trữ.

c) Đun nóng 3 thìa dầu còn lại trong chảo gang riêng trên lửa vừa. Khuấy thịt gà; nấu cho đến khi chín vàng. Khuấy tép tỏi nghiền nát; nấu thêm 1 phút nữa.

d) Lấy gà ra khỏi chảo và dự trữ. Bật nhiệt lên cao. Khuấy ớt xanh, ớt đỏ, hành tây và nấm vào chảo và nấu cho đến khi chúng bắt đầu mềm. Khuấy thịt gà chín vàng. Vặn lửa vừa và nấu cho đến khi thịt gà không còn màu hồng ở giữa và rau củ chín trong khoảng 5 phút.

e) Trộn gà và rau với sốt cà chua và mì ống nóng.

f) Ăn kèm với phô mai Parmesan.

75. Pasta alla Norma Skillet nướng

Làm: 4-6 phần ăn
THÀNH PHẦN:
- 12 ounce (340g) mì spaghetti
- 2 quả cà tím cỡ vừa, cắt thành hình tròn ¼ inch
- 3 muỗng canh dầu ô liu
- 1 củ hành tây nhỏ, thái nhỏ
- 2 tép tỏi, băm nhỏ
- Cà chua nghiền lon 28 ounce
- 1 muỗng canh giấm rượu vang đỏ (tùy chọn)
- 1 thìa cà phê lá oregano khô
- ½ muỗng cà phê ớt đỏ (điều chỉnh theo khẩu vị)
- Muối và hạt tiêu đen, vừa ăn
- ¼ chén lá húng quế tươi, xé thành từng miếng
- 1 ½ chén phô mai mozzarella cắt nhỏ
- ½ chén phô mai Parmesan bào hoặc pecorino
- Dầu ô liu để bôi trơn

HƯỚNG DẪN:

a) Làm nóng lò nướng của bạn ở nhiệt độ 375°F (190°C).

b) Nấu mì ống theo hướng dẫn trên bao bì cho đến khi chín vừa phải. Xả và đặt nó sang một bên.

c) Trong khi nấu mì ống, hãy làm nóng lò nướng hoặc chảo nướng trước.

d) Quét dầu ô liu lên các lát cà tím và nướng chúng trong khoảng 3-4 phút mỗi mặt cho đến khi chúng có vết nướng và chín mềm. Đặt chúng sang một bên.

e) Trong một cái chảo chịu nhiệt lớn, đun nóng một chút dầu ô liu trên lửa vừa cao. Thêm hành tây xắt nhỏ và nấu cho đến khi chúng trở nên trong suốt, khoảng 2-3 phút.

f) Cho tỏi băm vào đảo thêm 1-2 phút nữa cho đến khi có mùi thơm.

g) Thêm cà chua nghiền, giấm rượu vang đỏ, lá oregano khô, ớt đỏ, muối và tiêu đen. Để nước sốt sôi khoảng 10 phút để nước sốt đặc lại và phát huy hương vị.

h) Cho mì ống đã nấu chín vào chảo cùng với nước sốt và trộn đều.

i) Xếp các lát cà tím nướng lên trên hỗn hợp mì ống và nước sốt.

j) Rắc một lớp phô mai mozzarella cắt nhỏ lên cà tím và mì ống.

k) Chuyển chảo vào lò đã làm nóng trước và nướng trong khoảng 20-25 phút hoặc cho đến khi phô mai sủi bọt và hơi vàng.

l) Sau khi lấy chảo nướng ra khỏi lò, hãy trang trí nó bằng lá húng quế tươi xé nhỏ và phô mai parmesan hoặc pecorino.

m) Ăn nóng, trực tiếp từ chảo.

76. Ziti và Spaghetti với xúc xích

Tạo ra: 8

THÀNH PHẦN:
- 1 lb xúc xích Ý vụn
- 1 chén nấm thái lát
- ½ chén cần tây thái hạt lựu
- 1 củ hành tây thái hạt lựu
- 3 tép tỏi băm
- 42 oz. nước sốt spaghetti mua ở cửa hàng hoặc tự làm
- Muối và hạt tiêu cho vừa ăn
- ½ muỗng cà phê lá oregano
- ½ muỗng cà phê húng quế
- 1 lb mì ống ziti chưa nấu chín
- 1 cốc phô mai mozzarella thái nhỏ
- ½ cốc phô mai parmesan bào
- 3 muỗng canh rau mùi tây xắt nhỏ

HƯỚNG DẪN:

a) Trong chảo, xào xúc xích, nấm, hành tây và cần tây trong 5 phút.

b) Sau đó, thêm tỏi. Nấu thêm 3 phút nữa. Loại bỏ khỏi phương trình.

c) Thêm nước sốt spaghetti, muối, hạt tiêu, lá oregano và húng quế vào chảo riêng.

d) Đun sôi nước sốt trong 15 phút.

e) Chuẩn bị mì ống trong chảo theo hướng dẫn trên bao bì trong khi nấu nước sốt. Làm khô hạn.

f) Làm nóng lò ở nhiệt độ 350 độ F.

g) Trong đĩa nướng, xếp ziti, hỗn hợp xúc xích và phô mai mozzarella cắt nhỏ thành hai lớp.

h) Rắc mùi tây và phô mai parmesan lên trên.

i) Làm nóng lò ở nhiệt độ 350°F và nướng trong 25 phút.

MỲ Ý BUCATINI

77. One-Pan Bucatini với tỏi tây và chanh

Tạo ra: 4

THÀNH PHẦN:
- 1 đến 1 1/2 pound tỏi tây
- 12 ounce bucatini (xem ghi chú ở trên)
- 4 tép tỏi, thái lát mỏng
- 1/4 đến 1/2 muỗng cà phê ớt đỏ
- 2 muỗng canh dầu ô liu nguyên chất
- Muối kosher
- Hạt tiêu đen tươi nứt
- 4 1/2 cốc nước
- Vỏ của một quả chanh
- 1/2 chén mùi tây thái nhỏ
- Parmigiano Reggiano, để phục vụ (tùy chọn)

HƯỚNG DẪN:

a) Bắt đầu bằng cách cắt bỏ phần rễ và phần màu xanh đậm của mỗi tỏi tây. Cắt chúng làm đôi theo chiều dọc. Để cắt tỏi tây thành các dải dài và mỏng, hãy làm theo phương pháp sau: Đặt mỗi nửa đã cắt lên trên, sau đó cắt làm đôi một lần nữa và lặp lại quy trình một lần nữa - về cơ bản, bạn đang chia tỏi tây thành tám phần. Hầu hết các dải sẽ trở nên đẹp và mỏng, nhưng bạn có thể cần phải cắt đôi các lớp ngoài cùng một lần nữa nếu cần. Nếu tỏi tây bị bẩn, hãy ngâm chúng vào tô nước lạnh để chất bẩn lắng xuống. Sau khi đã sạch, vớt tỏi tây ra khỏi bát.

b) Kết hợp tỏi tây, mì ống, tỏi, 1/4 muỗng cà phê bột ớt đỏ (điều chỉnh theo mức độ nhiệt ưa thích của bạn), dầu, 2 muỗng cà phê muối kosher, hạt tiêu đen mới đập và nước trong chảo lớn, có mặt thẳng, đảm bảo rằng bucatini gần như nằm phẳng trong chảo.

c) Đun sôi hỗn hợp trên lửa cao. Đun sôi hỗn hợp, khuấy và đảo mì thường xuyên bằng kẹp hoặc nĩa cho đến khi mì đạt độ đặc vừa phải và nước gần như bay hơi, thường mất khoảng 9 phút.

d) Thêm vỏ chanh và mùi tây rồi trộn đều.

e) Nêm muối cho vừa ăn (bạn có thể cần thêm 1/2 thìa cà phê muối kosher và nhiều hơn để có hương vị ưa thích), hạt tiêu và thêm ớt đỏ nếu bạn muốn thêm cay. Ăn kèm với Parmesan, nếu muốn.

78.Mì Burrata cà chua

Thành tích: 2-4

THÀNH PHẦN:
- ½ pound bucatini hoặc mì ống spaghetti
- 3 cốc cà chua
- 6 tép tỏi, băm nhỏ
- ¼ chén dầu ô liu
- ½ muỗng cà phê húng quế khô
- ¼ thìa cà phê ớt xay
- 8 ounce phô mai burrata
- Muối và hạt tiêu cho vừa ăn

ĐỂ TRANG TRÍ
- 1 bó húng quế tươi, thái nhỏ
- ¼ thìa cà phê ớt xay
- 4 thìa hạt thông nướng

HƯỚNG DẪN

a) Trong một cái chảo lớn trên lửa vừa phải, đun nóng dầu ô liu.
b) Thêm tỏi và nấu trong 1 đến 2 phút trước khi thêm húng quế khô và ớt bột.
c) Thêm cà chua và cho chúng vào dầu cùng với một chút muối và hạt tiêu.
d) Nấu cà chua trong hai mươi đến hai mươi lăm phút.
e) Nấu mì ống trong nước sôi có muối.
f) Khi mì đã chín xong, để ráo nước và cho ngay vào chảo.
g) Trộn thêm vài lần nữa để hỗn hợp phủ hoàn toàn mì ống.
h) Nhấc chảo ra khỏi bếp và thêm húng quế tươi vào.
i) Bao gồm nhiều pho mát burrata như bạn muốn, thành từng miếng nhỏ.
j) Rắc húng quế tươi cắt nhỏ và ớt bột lên trên.
k) Rắc hạt thông lên trên trước khi dùng.

79. Pasta húng chanh với cải Brussels

Tạo ra: 8

THÀNH PHẦN:
- 1 hộp mì ống cắt dài (1 pound), chẳng hạn như bucatini hoặc fettuccine
- 4 ounce prosciutto thái lát mỏng, rách
- 3 muỗng canh dầu ô liu nguyên chất
- 1 pound cải Brussels, cắt đôi hoặc cắt đôi nếu lớn
- Muối Kosher và hạt tiêu mới xay
- 2 muỗng canh giấm balsamic
- 1 quả ớt jalapeño, bỏ hạt và cắt nhỏ
- 1 muỗng canh lá húng tây tươi
- 1 cốc Pesto húng quế chanh
- Phô mai dê 4 ounce, vỡ vụn
- ⅓ cốc phô mai Manchego bào
- Vỏ và nước cốt của 1 quả chanh

HƯỚNG DẪN:

a) Làm nóng lò ở nhiệt độ 375°F.

b) Đun sôi một nồi nước muối lớn trên lửa lớn. Thêm mì ống và nấu theo hướng dẫn trên bao bì cho đến khi chín. Để lại 1 cốc nước luộc mì rồi để ráo nước.

c) Trong khi đó, sắp xếp prosciutto thành một lớp đều trên khay nướng có lót giấy da. Nướng cho đến khi giòn, 8 đến 10 phút.

d) Trong khi nấu mì ống và nướng prosciutto, hãy đun nóng dầu ô liu trong chảo lớn trên lửa vừa. Khi dầu sủi bọt, thêm cải Brussels vào và nấu, thỉnh thoảng khuấy cho đến khi có màu vàng nâu, từ 8 đến 10 phút. Nêm với muối và hạt tiêu. Giảm nhiệt xuống mức vừa phải và thêm giấm, ớt jalapeño, húng tây rồi nấu cho đến khi mầm chín, thêm 1 đến 2 phút nữa.

e) Lấy chảo ra khỏi bếp và thêm mì ống đã ráo nước, sốt pesto, phô mai dê, Manchego, vỏ chanh và nước chanh. Thêm khoảng ¼ cốc nước nấu mì ống và khuấy đều để tạo thành nước sốt.

f) Thêm 1 muỗng canh mỗi lần cho đến khi đạt được độ đặc mong muốn. Hương vị và thêm nhiều muối và hạt tiêu nếu cần.

g) Chia đều mì ống cho tám bát hoặc đĩa và phủ prosciutto giòn lên trên mỗi bát.

80.Bucatini ngô kem một nồi

Tạo ra: 6

THÀNH PHẦN:
- 4 thìa bơ mặn
- 4 tai ngô vàng, tách hạt từ lõi ngô
- 2 tép tỏi, băm nhỏ hoặc xay
- 2 muỗng canh lá húng tây tươi
- 1 quả ớt jalapeño hoặc ớt Fresno đỏ, bỏ hạt và thái lát mỏng
- 2 củ hành xanh, xắt nhỏ
- Muối Kosher và hạt tiêu mới xay
- 1 (hộp 1 pound) bucatini
- ½ cốc phô mai Parmesan bào
- 2 thìa kem tươi
- ¼ chén lá húng quế tươi, xé nhỏ

HƯỚNG DẪN:

a) Đun chảy bơ trong lò Hà Lan lớn ở lửa vừa. Thêm ngô, tỏi, húng tây, ớt jalapeño, hành lá và một chút muối và hạt tiêu. Nấu, thỉnh thoảng khuấy cho đến khi ngô vàng và có màu caramen ở các cạnh, khoảng 5 phút.

b) Thêm 4½ cốc nước, tăng lửa lên cao và đun sôi. Thêm mì ống và nêm muối. Nấu, khuấy thường xuyên cho đến khi phần lớn chất lỏng được hấp thụ và mì ống có độ ngọt vừa phải, khoảng 10 phút.

c) Nhấc nồi ra khỏi bếp và cho phô mai Parmesan, crème fraîche và húng quế vào khuấy đều. Nếu nước sốt có cảm giác quá đặc, hãy thêm một chút nước để làm loãng nước sốt. Phục vụ ngay lập tức.

ORZO

81. Parmesan Orzo

Tạo ra: 6
THÀNH PHẦN:
- 1/2 chén bơ, chia
- bột tỏi để nếm thử
- 8 củ hành trân châu
- Muối và hạt tiêu cho vừa ăn
- 1 chén mì ống orzo chưa nấu chín
- 1/2 chén phô mai Parmesan bào
- 1/2 chén nấm tươi thái lát
- 1/4 chén mùi tây tươi
- 1 ly nước
- 1/2 chén rượu trắng

HƯỚNG DẪN:

a) Xào hành tây với một nửa số bơ cho đến khi chuyển sang màu nâu, sau đó thêm phần còn lại của bơ, nấm và orzo vào.

b) Tiếp tục chiên mọi thứ trong 7 phút.

c) Bây giờ cho rượu và nước vào và đun sôi mọi thứ.

d) Sau khi hỗn hợp sôi, đặt nhiệt độ xuống thấp và nấu mọi thứ trong 9 phút sau khi thêm hạt tiêu, muối và bột tỏi.

e) Sau khi orzo đã hoàn thành, phủ mùi tây và phô mai parmesan lên trên.

82. Salad bạc hà Feta và Orzo

Tạo ra: 8

THÀNH PHẦN:
- 1 1/4 chén mì ống orzo
- 1 củ hành đỏ nhỏ, thái hạt lựu
- 6 muỗng canh dầu ô liu, chia
- 1/2 chén lá bạc hà tươi thái nhỏ
- 3/4 C. đậu lăng nâu khô, rửa sạch
- 1/2 chén thì là tươi xắt nhỏ
- Muối và hạt tiêu cho vừa ăn
- 1/3 chén giấm rượu vang đỏ
- 3 tép tỏi, băm nhỏ
- 1/2 chén ô liu Kalamata, bỏ hạt và cắt nhỏ
- 1 1/2 chén phô mai feta vụn

HƯỚNG DẪN:

a) Nấu mì ống theo hướng dẫn trên bao bì.

b) Đun sôi một nồi nước lớn có muối. Nấu đậu lăng trong đó cho đến khi nó bắt đầu sôi.

c) Giảm nhiệt và đặt nó lên nắp. Nấu đậu lăng trong 22 phút. Loại bỏ chúng khỏi nước.

d) Lấy một bát trộn nhỏ: Cho dầu ô liu, giấm và tỏi vào đó. Đánh đều chúng để làm nước sốt.

e) Lấy một tô trộn lớn: Cho đậu lăng, nước sốt, ô liu, phô mai feta, hành tím, bạc hà và thì là vào đó, cùng muối và tiêu.

f) Quấn màng bọc thực phẩm lên bát salad và cho vào tủ lạnh trong 2 giờ 30 phút. Điều chỉnh gia vị của món salad sau đó thưởng thức.

83. Orzo cà chua một hũ

Tạo ra: 4

THÀNH PHẦN:
- 1 muỗng canh dầu ô liu hoặc dầu hạt cải
- 1 củ hành đỏ, thái nhỏ
- 2 tép tỏi, băm nhuyễn
- 1 quả ớt, bỏ hạt và thái nhỏ
- 600g cà chua, xắt nhỏ
- 400g orzo
- 800ml nước luộc rau
- Một nắm rau mùi tây, xắt nhỏ
- Parmesan bào hoặc món chay thay thế để phục vụ (tùy chọn)

HƯỚNG DẪN:

a) Đun nóng dầu trong chảo lớn hoặc chảo rán trên lửa vừa.

b) Xào hành đỏ xắt nhỏ trong 4-6 phút cho đến khi mềm nhưng không vàng.

c) Thêm tỏi băm và ớt cắt nhỏ vào nấu thêm một phút cho mềm.

d) Khuấy cà chua xắt nhỏ và nấu trong 5 phút cho đến khi chúng bắt đầu nát.

e) Thêm orzo và đổ nước luộc rau vào.

f) Nấu trong 8-10 phút cho đến khi chất lỏng giảm bớt và orzo mềm. Nếu nó bắt đầu khô, bạn có thể thêm một vài thìa nước.

g) Rắc 3/4 mùi tây cắt nhỏ vào và khuấy đều.

h) Dọn ra bát, phủ thêm mùi tây còn lại và một ít phô mai parmesan nếu muốn. Thưởng thức orzo cà chua một nồi của bạn!

84. Chảo gà Orzo

Làm: 4 phần ăn

THÀNH PHẦN:
- 2 thìa dầu thực vật
- 1 pound nửa ức gà không xương, không da, cắt thành khối 1/2 inch
- 1 cốc Orzo (mỳ hình gạo)
- 2 thìa cà phê tỏi băm
- 2 cốc nước
- 3 lon cà chua hầm (mỗi lon 14 1/2 oz), không ráo nước
- 16 ounce Đậu cannellini đóng hộp, rửa sạch và để ráo nước, HOẶC Đậu Great Northern, rửa sạch và để ráo nước
- 1 muỗng cà phê húng tây khô
- 1 thìa cà phê muối
- 1/2 thìa cà phê Tiêu đen
- 16 ounce bông cải xanh đông lạnh, rã đông

HƯỚNG DẪN:

a) Trong chảo lớn, đun nóng dầu thực vật trên lửa vừa.
b) Thêm thịt gà vào và nướng trong 4-6 phút.
c) Thêm orzo và tỏi băm vào xào trong 5-7 phút hoặc cho đến khi orzo bắt đầu chuyển sang màu nâu.
d) Khuấy nước, cà chua hầm, đậu, húng tây khô, muối và hạt tiêu đen.
e) Đậy nắp và nấu trong 15 phút, thỉnh thoảng khuấy.
f) Thêm bông cải xanh, đậy nắp lại và nấu thêm 5-10 phút hoặc cho đến khi bông cải xanh và orzo mềm và gà không còn màu hồng nữa.
g) Thưởng thức Chảo gà Orzo của bạn!

85. Thịt hầm Orzo và Portobello

Làm: 6 phần ăn

THÀNH PHẦN:
- 1/4 cốc cà chua thái nhỏ phơi nắng
- 1/4 cốc nước sôi
- 1 muỗng canh dầu ô liu
- 2 chén tỏi tây, thái lát
- 2 chén nấm Portobello, thái hạt lựu
- 1 chén nấm tươi, cắt tư
- 2 tép tỏi
- 2 chén Orzo, nấu chín
- 2 cốc củ thì là, thái lát
- 2 cốc nước ép cà chua
- 2 muỗng canh lá húng quế tươi, băm nhỏ
- 2 muỗng canh giấm balsamic
- 1 thìa cà phê ớt bột
- 1/8 thìa cà phê Tiêu
- Xịt nấu rau
- 4 ounce phô mai Provolone, cắt nhỏ
- 1/4 cốc phô mai Parmesan bào

HƯỚNG DẪN:

a) Kết hợp cà chua khô và nước sôi trong một cái bát nhỏ. Đậy nắp và để yên trong khoảng 10 phút hoặc cho đến khi cà chua mềm. Làm khô hạn.

b) Đun nóng dầu ô liu trong chảo chống dính lớn trên lửa vừa. Thêm cà chua, tỏi tây, nấm và tỏi vào xào trong 2 phút.

c) Kết hợp hỗn hợp nấm, orzo đã nấu chín và 6 nguyên liệu tiếp theo (orzo đến hạt tiêu) vào một tô lớn. Để qua một bên.

d) Múc hỗn hợp vào đĩa nướng 13 x 9 inch đã được phủ một lớp xịt nấu ăn.

e) Nướng, không đậy nắp, ở 400 độ trong 25 phút.

f) Rắc phô mai provolone và Parmesan lên trên món thịt hầm rồi nướng thêm 5 phút.

g) Thưởng thức món thịt hầm Orzo và Portobello của bạn!

86. Orzo một chảo với rau bina và Feta

Làm: 4 phần ăn

THÀNH PHẦN:
- 2 muỗng canh bơ không muối
- 4 củ hành lá lớn, cắt nhỏ và thái lát mỏng
- 2 tép tỏi lớn, băm nhỏ
- 8 ounce lá rau bina non (8 cốc), thái nhỏ
- 1 thìa cà phê muối kosher
- 1 3/4 chén nước luộc gà hoặc rau ít natri
- 1 cốc orzo
- 1 thìa cà phê vỏ chanh bào mịn (từ 1 quả chanh)
- 3/4 cốc feta vụn (3 ounce), cộng thêm để trang trí
- 1/2 chén đậu Hà Lan đông lạnh, rã đông (tùy chọn)
- 1 chén thì là tươi xắt nhỏ, hoặc dùng rau mùi tây hoặc ngò

HƯỚNG DẪN:

a) Đun nóng chảo 10 inch trên lửa vừa, sau đó làm tan bơ, quá trình này sẽ mất khoảng 30 giây đến 1 phút.

b) Khuấy khoảng 3/4 số hành lá, chừa lại một số phần xanh để trang trí và thêm tỏi băm. Nấu cho đến khi mềm, khuấy thường xuyên trong khoảng 3 phút.

c) Khuấy rau chân vịt non, thêm từng mẻ nếu không vừa chảo cùng một lúc và thêm 1/2 thìa cà phê muối. Tiếp tục nấu, thỉnh thoảng khuấy cho đến khi rau bina héo, khoảng 5 phút.

d) Khuấy nước kho và đun nhỏ lửa. Thêm orzo, vỏ chanh và 1/2 muỗng cà phê muối còn lại. Đậy nắp và đun nhỏ lửa ở nhiệt độ vừa phải cho đến khi orzo gần chín và phần lớn chất lỏng được hấp thụ, quá trình này sẽ mất từ 10 đến 14 phút, khuấy một hoặc hai lần.

e) Khuấy feta vụn và đậu Hà Lan nếu bạn thích. Thêm thì là đã cắt nhỏ vào, sau đó đậy nắp chảo và nấu thêm 1 phút nữa là chín và làm ấm đậu Hà Lan.

f) Để phục vụ, rắc thêm phô mai và hành lá để riêng.

g) Thưởng thức One-Pan Orzo với rau bina và Feta của bạn!

FARFALLE/CÀU NƠ

87. mì ống mộc mạc

Tạo ra: 4
THÀNH PHẦN:
- 1 lb. mì ống farfalle (thắt nơ)
- 1 (8 oz.) gói nấm, thái lát
- 1/3 chén dầu ô liu
- 1 muỗng canh lá oregano khô
- 1 tép tỏi, xắt nhỏ
- 1 muỗng canh ớt bột
- 1/4 cốc bơ
- Muối và hạt tiêu cho vừa ăn
- 2 quả bí xanh nhỏ, cắt làm tư và thái lát
- 1 củ hành tây, xắt nhỏ
- 1 quả cà chua, xắt nhỏ

HƯỚNG DẪN:

a) Luộc mì ống trong nước và muối trong 10 phút. Loại bỏ chất lỏng dư thừa và đặt sang một bên.

b) Chiên muối, tiêu, tỏi, ớt bột, bí xanh, lá oregano, nấm, hành tây và cà chua trong dầu ô liu trong 17 phút.

c) Trộn rau và mì ống.

88. Pasta gà kem Fraiche

Tạo ra: 4

THÀNH PHẦN:
- 1 muỗng canh dầu ô liu
- 6 phi lê gà
- ¼ chén rượu trắng
- ¼ chén nước luộc gà
- Muối và hạt tiêu cho vừa ăn
- 8 oz. mỳ ống nơ
- 2 muỗng canh hẹ xắt nhỏ
- 3 tép tỏi băm
- 1 chén nấm thái lát
- 2 cốc kem tươi
- 1/3 chén phô mai Parmesan bào
- 2 muỗng canh rau mùi tây xắt nhỏ

HƯỚNG DẪN:

a) Đun nóng dầu trong một chảo lớn.

b) Nướng gà trong 5 phút.

c) Đổ rượu và nước dùng vào, nêm muối và hạt tiêu.

d) Đun nhỏ lửa trong 20 phút.

e) Trong khi gà đang sôi, nấu mì ống trong nồi nước muối trong 10 phút và để ráo nước. Để qua một bên.

f) Dùng kẹp gắp gà ra dĩa và cắt miếng gà.

g) Thêm hành tây, tỏi và nấm vào chảo và xào trong 5 phút.

h) Cho gà cắt khối vào chảo và cho kem fraiche vào khuấy đều.

i) Đun nhỏ lửa trong 5 phút.

j) Đặt mì ống vào tô phục vụ và rưới nước sốt lên mì ống.

k) Phủ phô mai parmesan và mùi tây cắt nhỏ lên trên.

89. Thịt gà và Salad Farfalle

Tạo ra: 6
THÀNH PHẦN:
- 6 quả trứng
- 3 củ hành xanh, thái lát mỏng
- 1 (16 oz.) gói farfalle (thắt nơ) Pasta
- 1/2 củ hành đỏ, xắt nhỏ
- 1/2 (16 oz.) chai Salad kiểu Ý
- 6 miếng thịt gà

Cách ăn mặc
- 1 quả dưa chuột, thái lát
- 4 trái tim xà lách romaine, thái lát mỏng
- 1 bó củ cải, cắt nhỏ và thái lát
- 2 củ cà rốt, gọt vỏ và thái lát

HƯỚNG DẪN:

a) Đặt trứng vào một cái chảo lớn và đổ nước vào. Nấu trứng trên lửa vừa cho đến khi chúng bắt đầu sôi.

b) Tắt lửa và để trứng trong 16 phút. Rửa trứng với một ít nước lạnh để trứng mất nhiệt.

c) Bóc vỏ trứng và cắt lát sau đó đặt chúng sang một bên.

d) Đặt các miếng thịt gà vào một cái chảo lớn. Đổ chúng với 1/4 cốc nước. Nấu chúng trên lửa vừa cho đến khi gà chín.

e) Xả thịt gà và cắt chúng thành từng miếng nhỏ.

f) Lấy một tô trộn lớn: Cho mì ống, thịt gà, trứng, dưa chuột, củ cải, cà rốt, hành lá và hành tím vào. Thêm nước sốt Ý và trộn lại.

g) Đặt salad vào tủ lạnh trong 1 giờ 15 phút.

h) Đặt trái tim rau diếp vào đĩa phục vụ. Chia salad giữa chúng.

90.Salad hải sản mì ống

Tạo ra: 12
THÀNH PHẦN:
- 16 oz. Farfalle Pasta
- 3 quả trứng luộc cắt nhỏ
- 2 nhánh cần tây xắt nhỏ
- 6 oz., tôm nhỏ nấu chín
- ½ chén thịt cua thật
- Muối và hạt tiêu cho vừa ăn

Cách ăn mặc:
- 1 cốc sốt mayonaise
- ½ thìa cà phê ớt bột
- 2 thìa nước cốt chanh

HƯỚNG DẪN:
a) Luộc mì ống trong nồi nước sôi có pha muối trong 10 phút. Làm khô hạn.
b) Chuyển mì ống vào tô lớn và khuấy đều các nguyên liệu salad còn lại.
c) Trộn các nguyên liệu làm nước sốt và trộn với salad.
d) Đậy nắp và để lạnh trong 1 giờ.

91. Butternut và Chard Pasta nướng

Thành PHẦN :
- 3 chén mì ống nơ chưa nấu chín
- 2 cốc phô mai ricotta không béo
- 4 quả trứng lớn
- 3 chén bí đao đông lạnh, rã đông và chia
- 1 muỗng cà phê húng tây khô
- 1/2 muỗng cà phê muối, chia
- 1/4 muỗng cà phê hạt nhục đậu khấu
- 1 chén hẹ thái nhỏ
- 1-1/2 chén củ cải Thụy Sĩ cắt nhỏ, bỏ cuống
- 2 muỗng canh dầu ô liu
- 1-1/2 chén vụn bánh mì panko
- 1/3 chén mùi tây tươi thái nhỏ
- 1/4 thìa cà phê bột tỏi

HƯỚNG DẪN:

a) Làm nóng lò ở nhiệt độ 375°. Nấu mì ống theo hướng dẫn trên bao bì cho món al dente; làm khô hạn. Trong khi đó, cho ricotta, trứng, 1-1/2 cốc bí, húng tây, 1/4 thìa cà phê muối và hạt nhục đậu khấu vào máy xay thực phẩm; quá trình cho đến khi mịn. Đổ vào một cái bát lớn.

b) Khuấy mì ống, hẹ tây, củ cải Thụy Sĩ và bí còn lại. Chuyển sang 13x9-in được bôi mỡ. món nướng.

c) Trong chảo lớn, đun nóng dầu trên lửa vừa cao. Thêm vụn bánh mì; nấu và khuấy cho đến khi vàng nâu, 2-3 phút. Khuấy rau mùi tây, bột tỏi và 1/4 muỗng cà phê muối còn lại. Rắc lên hỗn hợp mì ống.

d) Nướng, không đậy nắp, cho đến khi chín và mặt trên có màu nâu vàng, khoảng 30-35 phút.

MÌ NƯỚNG KIỂU Ý

92. Lasagna Tây Ban Nha

Tạo ra: 12

THÀNH PHẦN:
- 4 C. cà chua băm đóng hộp
- 1 hộp phô mai ricotta (32 oz.)
- 1 (7 oz.) có thể thái hạt lựu ớt xanh
- 4 quả trứng, đánh nhẹ
- 1 (4 oz.) lon ớt jalapeno thái hạt lựu
- 1 (16 oz.) gói hỗn hợp phô mai cắt nhỏ kiểu Mexico
- 1 củ hành tây, thái hạt lựu
- 3 tép tỏi, băm nhỏ
- 1 (8 oz.) gói mì ống lasagna không nấu
- 10 nhánh ngò tươi, xắt nhỏ
- 2 muỗng canh thì là xay
- 2 lbs. xúc xích chorizo

HƯỚNG DẪN:

a) Đun sôi những thứ sau trong 2 phút, sau đó đun nhỏ lửa trong 55 phút: ngò, cà chua, thì là, ớt xanh, tỏi, hành tây và ớt jalapenos.

b) Lấy một cái bát, trộn trứng đã đánh và ricotta.

c) Đặt lò nướng của bạn ở mức 350 độ trước khi tiếp tục.

d) Xào chorizos của bạn. Sau đó loại bỏ dầu thừa và vò nát thịt.

e) Trong món nướng của bạn, phủ một lớp nước sốt nhẹ sau đó xếp lớp: xúc xích, 1/2 nước sốt, 1/2 phô mai cắt nhỏ, mì ống lasagna, ricotta, thêm mì ống, tất cả nước sốt còn lại và thêm phô mai cắt nhỏ.

f) Phủ một ít giấy bạc bằng xịt chống dính và phủ lasagna lên. Nấu trong 30 phút có nắp và 15 phút không đậy nắp.

93. Lasagna bí ngô và cây xô thơm với fontina

Làm cho: 8 ĐẾN 10
THÀNH PHẦN:
- 2 thìa cà phê dầu ôliu nguyên chất và nhiều hơn nữa để bôi trơn
- 1 (14-ounce) lon bí ngô xay nhuyễn
- 2 cốc sữa nguyên chất
- 2 thìa cà phê lá oregano khô
- 2 muỗng cà phê húng quế khô
- ¼ muỗng cà phê hạt nhục đậu khấu mới xay
- ¼ muỗng cà phê ớt đỏ nghiền nát
- Muối Kosher và hạt tiêu mới xay
- 16 ounce phô mai ricotta sữa nguyên chất
- 2 tép tỏi, xay
- 1 muỗng canh lá xô thơm tươi xắt nhỏ, cộng thêm 8 lá nguyên
- 2 muỗng canh mùi tây tươi xắt nhỏ
- 1 hộp mì lasagna không cần luộc (12 ounce)
- 1 (12-ounce) lọ ớt đỏ rang, để ráo nước và cắt nhỏ
- 3 chén phô mai fontina cắt nhỏ
- 1 cốc phô mai Parmesan bào
- 12 đến 16 miếng pepperoni thái lát mỏng (tùy chọn)

HƯỚNG DẪN:
a) Làm nóng lò ở nhiệt độ 375°F. Bôi mỡ vào đĩa nướng 9 × 13 inch.
b) Trong một tô vừa, trộn đều bí ngô, sữa, lá oregano, húng quế, nhục đậu khấu, ớt đỏ và một chút muối và hạt tiêu. Trong một bát vừa riêng biệt, kết hợp ricotta, tỏi, cây xô thơm cắt nhỏ, rau mùi tây và nêm muối và hạt tiêu.
c) Rải một phần tư nước sốt bí ngô (khoảng 1 cốc) vào đáy đĩa nướng đã chuẩn bị sẵn. Thêm 3 hoặc 4 tờ lasagna, bẻ nhỏ chúng cho vừa vặn. Sẽ không sao nếu khăn trải giường không phủ hết nước sốt. Phủ một nửa hỗn hợp ricotta, một nửa số ớt đỏ, sau đó là 1 cốc fontina. Thêm một phần tư nước sốt bí ngô và đặt 3 hoặc 4 mì ống lasagna lên trên. Phủ lên hỗn hợp ricotta còn lại, số ớt đỏ còn lại, 1 cốc fontina và sau đó là một phần tư nước sốt bí ngô. Thêm mì ống lasagna còn lại và nước sốt bí ngô còn lại. Rắc 1 cốc fontina còn lại lên trên, sau đó là phô mai Parmesan. Phủ pepperoni lên trên (nếu dùng)
d) Trong một bát nhỏ, cho toàn bộ lá xô thơm vào 2 thìa cà phê dầu ô liu. Xếp lên trên món lasagna.
e) Bọc lasagna bằng giấy bạc và nướng trong 45 phút. Tăng nhiệt lên 425°F, lấy giấy bạc ra và nướng cho đến khi phô mai sủi bọt, thêm khoảng 10 phút nữa. Để lasagna đứng trong 10 phút. Phục vụ. Bảo quản thức ăn thừa trong tủ lạnh trong hộp kín tối đa 3 ngày.

94.Nạp vỏ Pasta Lasagna

THÀNH PHẦN :

- 4 cốc phô mai mozzarella cắt nhỏ
- 1 thùng (15 ounce) phô mai ricotta
- 1 gói (10 ounce) rau bina cắt nhỏ đông lạnh, rã đông và vắt khô
- 1 gói (12 ounce) vỏ mì ống jumbo, nấu chín và để ráo nước
- 3-1/2 chén nước sốt spaghetti
- Phô mai Parmesan bào, tùy chọn

HƯỚNG DẪN:

a) Làm nóng lò ở nhiệt độ 350°. Kết hợp pho mát và rau bina; nhét vào vỏ. Sắp xếp theo hình 13x9-in đã được bôi mỡ. món nướng. Đổ nước sốt spaghetti lên vỏ. Đậy nắp và nướng cho đến khi nóng qua, khoảng 30 phút.

b) Nếu muốn, rắc phô mai Parmesan sau khi nướng.

95. Lasagna gà

Tạo ra: 6
THÀNH PHẦN:
- 6 mì lasagna chưa nấu chín, luộc
- 1 chén thịt gà nấu chín xé nhỏ
- 1 muỗng canh dầu ô liu
- ½ lb nấm cắt nhỏ
- 1 quả ớt chuông đỏ xắt nhỏ
- 1 củ hành tây xắt nhỏ
- 3 tép tỏi băm
- ¼ chén nước luộc gà
- 8 oz., kem phô mai
- ½ thìa cà phê lá oregano
- Muối và hạt tiêu cho vừa ăn
- 2 cốc phô mai mozzarella cắt nhỏ
- 3 chén nước sốt cà chua

HƯỚNG DẪN:

a) Làm nóng lò ở nhiệt độ 350 độ F.
b) Đun nóng dầu ô liu trong chảo rồi xào nấm, ớt chuông, hành tây và tỏi trong 5 phút.
c) Kết hợp thịt gà xé nhỏ, nước dùng, phô mai kem, nấm, ớt chuông, hành tây, tỏi và lá oregano vào tô.
d) Khuấy 1 cốc phô mai mozzarella và nêm muối và hạt tiêu.
e) Đổ 1 cốc nước sốt cà chua vào đĩa nướng 9x13.
f) Tạo ba lớp mì ống lasagna, hỗn hợp thịt gà và sốt cà chua.
g) Đổ cốc phô mai mozzarella cắt nhỏ còn lại lên trên.
h) Nướng trong 45 phút.

96. Lasagna Tây Nam

Tạo ra: 6

THÀNH PHẦN:
- 2 muỗng canh dầu ô liu
- 1 củ hành tây xắt nhỏ
- 1 ½ chén phô mai Cheddar cắt nhỏ
- 1 muỗng canh ớt jalapeno cắt nhỏ
- 4 tép tỏi băm
- 3 chén thịt xúc xích nóng
- ½ chén nước sốt picante
- 1 thìa cà phê gia vị Ý hoặc tùy khẩu vị
- 4 chén nước sốt cà chua
- 2 cốc phô mai Pepper Jack cắt nhỏ
- 15 bánh ngô

HƯỚNG DẪN:

a) Làm nóng lò nướng của bạn ở nhiệt độ 350 độ F.
b) Đun nóng dầu ô liu trong chảo lớn.
c) Xào tỏi, ớt jalapeno và hành tây trong 5 phút.
d) Thêm thịt xúc xích và nêm gia vị Ý.
e) Khuấy sốt cà chua và sốt picante.
f) Kết hợp tốt tất cả các thành phần.
g) Đậy chảo và đun nhỏ lửa trong 15 phút.
h) Phủ đĩa nướng 9x13 bằng bình xịt chống dính.
i) Xếp lên đĩa nướng một lớp bánh tortilla, một lớp xúc xích và nước sốt, cùng một lớp phô mai hạt tiêu.
j) Tạo thêm 2 lớp nữa.
k) Phủ lớp thứ ba lên trên với phô mai cheddar.
l) Nướng trong 45 phút.

97. Lasagna cổ điển

Tạo ra: 8
THÀNH PHẦN:
- 1 1/2 lbs. thịt bò nạc xay
- 2 quả trứng, đánh bông
- 1 củ hành tây, thái hạt lựu
- Phô mai ricotta 1 phần gầy
- 2 tép tỏi, băm nhỏ
- 1/2 chén phô mai Parmesan bào
- 1 muỗng canh húng quế tươi thái hạt lựu
- 2 muỗng canh mùi tây khô
- 1 thìa cà phê lá oregano khô
- 1 thìa cà phê muối
- 2 muỗng canh đường nâu
- 1 lb phô mai mozzarella, cắt nhỏ
- 1 1/2 muỗng cà phê muối
- 2 muỗng canh phô mai Parmesan bào
- 1 (29 oz.) cà chua thái hạt lựu
- 2 (6 oz.) lon nước sốt cà chua
- 12 mì lasagna khô

HƯỚNG DẪN:

a) Xào tỏi, hành tây và thịt bò trong 3 phút sau đó cho tương cà chua, húng quế, cà chua thái hạt lựu, lá oregano, 1,5 thìa cà phê muối và đường nâu vào.

b) Bây giờ hãy đặt lò nướng của bạn ở mức 375 độ trước khi làm bất cứ điều gì khác.

c) Bắt đầu luộc mì ống trong nước và muối trong 9 phút, sau đó vớt hết nước ra.

d) Lấy một cái bát, trộn 1 thìa cà phê muối, trứng, rau mùi tây, ricotta và parmesan.

e) Đặt một phần ba mì ống vào đĩa thịt hầm và phủ một nửa hỗn hợp phô mai, một phần ba nước sốt và 1/2 phô mai mozzarella lên trên.

f) Tiếp tục xếp lớp theo cách này cho đến khi hết nguyên liệu.

g) Sau đó phủ thêm một ít parmesan lên trên mọi thứ.

h) Nấu lasagna trong lò trong 35 phút.

98. Lasagna Saucy

Tạo ra: 4

THÀNH PHẦN:
- 1 ½ lb xúc xích Ý cay vụn
- 5 cốc nước sốt spaghetti mua ở cửa hàng
- 1 cốc nước sốt cà chua
- 1 thìa cà phê gia vị Ý
- ½ chén rượu vang đỏ
- 1 muỗng canh đường
- 1 muỗng canh dầu
- 5 găng tay tỏi băm
- 1 củ hành tây thái hạt lựu
- 1 cốc phô mai mozzarella thái nhỏ
- 1 cốc phô mai provolone cắt nhỏ
- 2 cốc phô mai ricotta
- 1 cốc phô mai
- 2 quả trứng lớn
- ¼ cốc sữa
- 9 mì lasagna – parboil ed
- ¼ chén phô mai parmesan bào

HƯỚNG DẪN:
a) Làm nóng lò ở nhiệt độ 375 độ F.
b) Trong chảo, chiên xúc xích vụn trong 5 phút. Bất kỳ dầu mỡ nên được loại bỏ.
c) Trong một nồi lớn, trộn nước sốt mì ống, nước sốt cà chua, gia vị Ý, rượu vang đỏ và đường rồi trộn kỹ.
d) Trong chảo, đun nóng dầu ô liu. Sau đó, xào tỏi và hành tây trong 5 phút.
e) Cho xúc xích, tỏi và hành tây vào nước sốt.
f) Sau đó, đậy nắp chảo và đun nhỏ lửa trong 45 phút.
g) Trong một đĩa trộn, trộn phô mai mozzarella và provolone.
h) Trong một bát riêng, trộn ricotta, phô mai, trứng và sữa.
i) Trong đĩa nướng 9 x 13, đổ 12 cốc nước sốt vào đáy đĩa.
j) Bây giờ sắp xếp lasagna, nước sốt, ricotta và mozzarella vào đĩa nướng thành ba lớp.
k) Trải phô mai parmesan lên trên.
l) Nướng trong đĩa có nắp đậy trong 30 phút.
m) Nướng thêm 15 phút nữa sau khi mở đĩa ra.

99. lasagna xúp rau

Tạo ra: 8–10
THÀNH PHẦN:
- bột trứng
- Dầu ôliu siêu nguyên chất
- 3 tép tỏi, xắt nhỏ
- 1 cốc (237 ml) rượu vang đỏ
- 2 (28-oz. [794-g]) lon nghiền nát cà chua
- 1 bó húng quế
- Muối kosher
- Hạt tiêu vừa mới nghiền
- Dầu ô liu
- 1 quả cà tím, gọt vỏ và thái hạt lựu nhỏ
- 1 quả bí xanh, thái hạt lựu nhỏ
- 1 quả bí mùa hè, thái hạt lựu nhỏ
- 2 quả cà chua, thái hạt lựu nhỏ
- 4 tép tỏi, thái lát
- 1 củ hành đỏ, thái lát mỏng
- Muối kosher
- Hạt tiêu vừa mới nghiền
- 3 cốc (390 g) phô mai mozzarella cắt nhỏ

HƯỚNG DẪN:

a) Làm nóng lò ở nhiệt độ 350°F (177°C) và đun sôi một nồi nước muối lớn.

b) Phủi hai tấm chảo bằng bột báng. Để làm mì ống, hãy cán bột cho đến khi tấm bột dày khoảng 1/16 inch (1,6 mm).

c) Cắt các tờ giấy đã cuộn thành các đoạn 12 inch (30 cm) và đặt chúng lên khay đựng giấy cho đến khi bạn có khoảng 20 tờ giấy. Làm theo mẻ, thả các tờ giấy vào nước sôi và nấu cho đến khi mềm dẻo, khoảng 1 phút. Đặt trên khăn giấy và lau khô.

d) Để làm nước sốt, cho dầu ô liu nguyên chất, tỏi vào nồi đun trên lửa vừa và xào trong khoảng một phút hoặc cho đến khi trong suốt. Thêm rượu vang đỏ và để nó giảm một nửa. Sau đó thêm cà chua nghiền, húng quế, muối và hạt tiêu. Để lửa nhỏ trong khoảng 30 phút.

e) Để làm nhân, trong chảo xào lớn trên lửa cao, thêm một chút dầu ô liu, cà tím, bí xanh, bí, cà chua, tỏi và hành đỏ. Ướp với muối và hạt tiêu đen mới xay.

f) Để lắp ráp, đặt nước sốt xuống đáy đĩa nướng 9 × 13 inch (22,9 × 33 cm). Đặt các tấm mì ống xuống, chồng lên nhau một chút, phủ kín đáy đĩa. Đổ đều ratatouille lên các tấm mì ống và rắc phô mai mozzarella lên trên. Thêm lớp mì ống tiếp theo theo hướng dẫn ngược lại và lặp lại các lớp này cho đến khi bạn đạt đến lớp trên cùng hoặc đã sử dụng hết phần nhân. Múc một ít nước sốt đều lên mặt trên và rắc thêm một ít phô mai mozzarella.

g) Đặt lasagna vào lò nướng và nấu trong khoảng 45 phút đến 1 giờ. Để nguội khoảng 10 phút trước khi cắt và phục vụ.

100. Lasagna Pepperoni

Tạo ra: 12
THÀNH PHẦN:
- 3/4 lb thịt bò xay
- 1/4 thìa cà phê tiêu đen xay
- 1/2 lb xúc xích Ý, cắt nhỏ
- 9 mì lasagna
- 1/2 lb xúc xích pepperoni, xắt nhỏ
- 4 C. phô mai mozzarella bào sợi
- 1 củ hành tây, băm nhỏ
- 2 C. phô mai
- 2 (14,5 oz.) lon cà chua hầm
- 9 lát phô mai Mỹ trắng
- 16 oz. nước sốt cà chua
- phô mai Parmesan bào
- 6 oz. bột cà chua
- 1 thìa cà phê bột tỏi
- 1 thìa cà phê lá oregano khô
- 1/2 thìa cà phê muối

HƯỚNG DẪN:

a) Chiên pepperoni, thịt bò, hành tây và xúc xích Ý trong 10 phút. Loại bỏ dầu thừa. Cho mọi thứ vào nồi nấu chậm ở mức thấp với một ít hạt tiêu, nước sốt cà chua và bột nhão, muối, cà chua hầm, lá oregano và bột tỏi trong 2 giờ.

b) Bật lò nướng của bạn lên 350 độ trước khi tiếp tục.

c) Đun sôi lasagna trong nước muối cho đến khi chín trong 10 phút, sau đó loại bỏ hết nước.

d) Trong món nướng của bạn, phủ một lớp nước sốt nhẹ sau đó xếp lớp: 1/3 laqsagna, 1 1/4 cốc mozzarella, 2/3 C. phô mai tươi, lát phô mai Mỹ, 4 muỗng canh parmesan, 1/3 thịt. Tiếp tục cho đến khi đầy đĩa.

e) Nấu trong 30 phút.

101. Lasagna nấu chậm

Tạo ra: 8

THÀNH PHẦN:
- 1 lb thịt bò xay
- ½ lb thịt xúc xích Ý vụn cay
- 1 củ hành tây xắt nhỏ
- 3 tép tỏi băm
- 1 chén nấm thái lát
- 3 chén nước sốt cà chua – tự làm cũng được, đóng lọ cũng được
- 1 ly nước
- 8 oz. bột cà chua
- 1 thìa cà phê gia vị Ý
- 12 oz. mì lasagna làm sẵn trong lò (không phải loại thông thường)
- 1 ¼ chén phô mai ricotta
- ½ cốc phô mai Parmesan bào
- 2 cốc phô mai mozzarella cắt nhỏ
- 1 cốc phô mai mozzarella thái nhỏ

HƯỚNG DẪN:

a) Chiên thịt bò, xúc xích, hành tây, tỏi và nấm trong chảo lớn trong 5 phút.

b) Xả hết mỡ.

c) Khuấy nước sốt, nước, bột cà chua, gia vị Ý và trộn đều.

d) Đun nhỏ lửa trong 5 phút.

e) Kết hợp ricotta, parmesan và 2 cốc phô mai mozzarella vào tô.

f) Tạo các lớp (2 đến 3) thịt, nước sốt, hai lớp lasagna (chia làm đôi) và hỗn hợp phô mai.

g) Phủ 1 cốc phô mai mozzarella cắt nhỏ lên trên.

h) Nấu trong 4 giờ ở mức thấp.

PHẦN KẾT LUẬN

Khi chúng tôi kết thúc hành trình thông qua "Nắm vững nghệ thuật làm mì ống một chảo", chúng tôi hy vọng bạn không chỉ khám phá ra niềm vui của việc nấu nướng đơn giản mà còn nắm vững nghệ thuật chế biến các món mì ống hảo hạng một cách dễ dàng. Nấu mì ống bằng một chảo mang lại sự tiện lợi trong việc dọn dẹp tối thiểu trong khi vẫn mang lại hương vị tối đa.

Chúng tôi khuyến khích bạn tiếp tục khám phá các công thức mì ống dùng một chảo, thử nghiệm các nguyên liệu mới và chia sẻ những sáng tạo đơn giản của bạn với gia đình và bạn bè. Mỗi món ăn bạn chế biến là minh chứng cho kỹ năng nấu nướng cũng như khả năng sắp xếp hợp lý quá trình nấu nướng của bạn.

Cảm ơn bạn đã tham gia cùng chúng tôi trong cuộc phiêu lưu không ồn ào này. Chúng tôi tin tưởng rằng kiến thức và kỹ năng bạn đạt được sẽ tiếp tục nâng cao hành trình ẩm thực của bạn, biến việc nấu nướng trở thành một trải nghiệm thú vị và hiệu quả. Chúc bạn nấu ăn vui vẻ, mỗi lần một chảo!

www.ingramcontent.com/pod-product-compliance
Lightning Source LLC
Chambersburg PA
CBHW071321110526
44591CB00010B/967